परदेशी

रत्नाकर मतकरी

मेहता पब्लिशिंग हाऊस

Email : production@mehtapublishinghouse.com
Website : www.mehtapublishinghouse.com

PARDESHI by RATNAKAR MATKARI

परदेशी : रत्नाकर मतकरी / कथासंग्रह
Email : author@mehtapublishinghouse.com

© सौ. प्रतिभा मतकरी

प्रकाशक : सुनील अनिल मेहता, मेहता पब्लिशिंग हाऊस,
१९४१, सदाशिव पेठ, माडीवाले कॉलनी, पुणे – ४११०३०.

अक्षरजुळणी : वैशाली पांडे, पर्वती पायथा, पुणे- ४११०३०.

मुखपृष्ठ : सतीश भावसार

प्रकाशनकाल : ऑक्टोबर, २०१५ / पुनर्मुद्रण : फेब्रुवारी, २०१९

P Book ISBN 9788184988796
E Book ISBN 9788184988802
E Books available on : play.google.com/store/books
www.amazon.in/b?node=15513892031

आवश्यकतेप्रमाणे
वेळोवेळी स्थलांतर
करणाऱ्या पक्ष्यांना.

या संग्रहातील 'छोटे आणि मोठे', 'तटस्थ प्रेक्षक' आणि 'चालता-बोलता टाइमबॉम्ब!' हे तीन लेख यापूर्वीच्या संग्रहात आलेले आहेत. बाकीचे सर्व लेख इथे प्रथमच संग्रहित होत आहेत. हे सर्वच लेख 'आपलं महानगर' या दैनिकातील 'सोनेरी सावल्या' या सदरातून १९९० ते १९९३ या कालावधीत प्रकाशित झाले आहेत.

प्रस्तावना

आतापर्यंत तीन वेळा मी अमेरिकेला गेलो, कार्यक्रमाच्या निमित्ताने. १९८६ मध्ये एकटाच 'कथादर्शन'साठी गेलो. पुढे १९९६ मध्ये 'महाराष्ट्र फाउंडेशन'साठी 'साटंलोटं' या नाटकाचे प्रयोग सादर करायला सहकुटुंब सहपरिवार (एकूण ७ जण) आणि २०१० मध्ये बीएमएम कन्व्हेन्शन, शिकागोचा प्रमुख वक्ता म्हणून व 'कथावाचना'चे कार्यक्रम करण्यासाठी म्हणून, मी आणि प्रतिभा (व काही काळासाठी गणेश) असेही आम्ही अमेरिकेला गेलो. प्रत्येक वेळी मी दोन-अडीच महिने अमेरिकेत, माझी शिकागोची मेहुणी लीना घारपुरे हिच्याकडे व न्यू यॉर्कचा मित्र राम देवरे यांच्याकडे वास्तव्य केले. तरी कार्यक्रमांच्या निमित्ताने तिथल्या अनेक शहरांमध्येदेखील फिरून आलो. काळ्यांच्या 'घेट्टोज'पासून ब्रॉडवेपर्यंत अनेक ठिकाणे उत्सुकतेने व कुतूहलाने पाहिली. अनेक व्यक्तींना भेटलो; काहींच्या मुलाखती घेतल्या. काही नोंदी केल्या, चित्रे काढली. हे मुख्यत: पहिल्या अमेरिका भेटीत जास्त केले. दुसऱ्या भेटीत सोबत परिवार होता आणि वेळ थोडा होता म्हणून ते राहून गेले. तिसऱ्या भेटीत फिरणे-पाहणे केले; पण अमेरिकेविषयीचे कुतूहल कमी झाले होते. तरीही, वर्ल्ड ट्रेड सेंटरची पुन:उभारणी आणि सेंट्रल पार्कमध्ये सुरू झालेले वॉल स्ट्रीटविरोधी आंदोलन, अशा काही गोष्टी आवर्जून पाहिल्या. तीनही भेटींत मी सर्व प्रकारची मिळून तीस-पस्तीस तरी नाटके पाहिली असतील. मात्र मला मुख्य कुतूहल होते, ते अमेरिकन माणसांविषयी. त्यांच्यात आणि भारतीयांत असलेल्या साम्य-फरकाविषयी.

१९९० पासून १९९३ पर्यंतची चार वर्षे, मी 'आपलं महानगर'मधून दर आठवड्याला 'सोनेरी सावल्या' हे ललित लेखांचे सदर चालवले. त्या निमित्ताने मी ८६ मधल्या माझ्या अमेरिका प्रवासावर आधारलेली

स्फुटे लिहिली. त्याच्याच जोडीला, जी इतर माहिती वाचनात आली होती, तिच्यावर आधारलेले काही-काहीदेखील त्या सदरात लिहिले. 'सोनेरी सावल्या' या सदरात मी लिहिलेल्या छोटेखानी लेखांचे ९ संग्रह प्रकाशित झाले; मात्र त्यातील परदेशी पार्श्वभूमी असलेले लेख मी जाणूनबुजून बाजूला ठेवले होते. आता तेच, 'परदेशी' या संग्रहात एकत्रित केले आहेत.

या एकत्रीकरणाआधी मनात एक शंका होती. या लेखांमध्ये दोन निश्चित प्रकार होते. एक, माझ्या स्वतःच्या अनुभवांतून तयार झालेले लेख, आणि ज्यांची माहिती मला अप्रत्यक्षपणे (वाचनातून इत्यादी) मिळाली आहे असे व्यक्तीविषयक, प्रसंगविषयक लेख. (उदाहरणार्थ – रुडयार्ड किपलिंग, ॲगाथा ख्रिस्ती यांच्याविषयीचे.) शिवाय या दोन्हीच्या सीमेवरचे लेख. उदाहरणार्थ – 'बिल-इलेनचे घर' सारखा लेख, जो अमेरिकेतल्या सेलिब्रिटीविषयीचा असूनही प्रत्यक्षात मी घेतलेल्या मुलाखतीतून साकारला. तेव्हा हे असे संमिश्र लेख, एकाच संग्रहात यावेत की नाहीत, याविषयी बरेच दिवस मनात संभ्रम राहिला. अखेरीस दोनच कसोट्या लावल्या- एक, या सर्वच लेखांना 'परदेशी' पार्श्वभूमी आहे आणि दुसरी, ते वाचनीय असल्याची दाद यापूर्वीच सदराच्या वाचकांनी दिलेली आहे.

या लेखांचा काळ साधारण दोन दशकांपूर्वीचा आहे. त्यातले तपशील (उदाहरणार्थ – डॉलरचा भाव १८ रुपये) आता कालबाह्य झाले असले, तरी ते बदलून लेखाची मोडतोड केलेली नाही. कारण एक, वाचक तितका समजदार आहे यावरचा विश्वास आणि कारण दोन, त्या लेखनामागचा मुद्दा मूलभूत असल्यामुळे काळाप्रमाणे फारसा बदलणार नाही.

माझ्या अनेक प्रकारच्या लेखनाला वाचकांनी मनापासून दाद दिली आहे. 'परदेशी' या लेखसंग्रहाला पहिली दाद दिली आहे ती, ते सुबकरीत्या प्रकाशित करण्याचे ठरवून मेहता पब्लिशिंग हाऊसच्या सुनील मेहता यांनी. आता दुसरी, म्हणजे वाचकांकडून दाद मिळेली अशी अपेक्षा आहे.

मुंबई, ऑक्टो. २०१४ **रत्नाकर मतकरी**

अनुक्रमणिका

परदेशी

इलिनोईमधल्या, वॉरनव्हिल या उपनगराच्या 'समरलेक' भागातल्या, हाऊस नंबर फोर फोर्टी सिक्समध्ये, सत्यनारायणाची महापूजा चालू होती...

यजमान सुमंत मानकर जांभळा रेशमी कद नेसून भर थंडीत उघड्या अंगानं स्वत: सत्यनारायणाची पोथी वाचत होते आणि आम्ही सगळे मनोभावे ती ऐकत होतो. आम्ही म्हणजे- मी, मी ज्यांच्याकडे राहत होतो ते दामले पती-पत्नी, हेमा व श्रीनाथ व्यास हे गुजराती जोडपं आणि सतीश काकडे हा नुकताच अमेरिकेत स्थायिक झालेला अविवाहित तरुण, अशी मोजकीच माणसं! मानकरांची बायको गार्गी पोथी ऐकताऐकताच एकीकडे प्रसादाचे द्रोण भरत होती. गार्गी काळी-सावळी असली तरी नाकी-डोळी नीटस होती, त्यामुळे अंगावरचा बुट्ट्यांचा गुलाबी नऊवारी शालू आणि नथीपासून जोडव्यांपर्यंत अंगभर घातलेले दागिने तिला शोभत होते. तिची धाकटी बहीण मैत्रेयी पोथी ऐकण्याऐवजी पूर्ण वेळ किचन सांभाळत होती. नाहीतर जेवणं ठरल्या वेळेत होणार कशी? मराठी माणसंदेखील काही वर्षं अमेरिकेत राहिली की, अमेरिकनांप्रमाणे वेळेच्या बाबतीत दक्ष होतातच!

पोथीवाचन संपत आलं, एवढ्यात आशिष आणि अनेसा यांनी आत येऊन, अप्पांची गाडी आल्याची वर्दी दिली. अप्पा म्हणजे प्राध्यापक भानुशाली- मानकरांचे श्वशुर- गार्गी-मैत्रेयीचे पिताजी! म्हणे-म्हणेपर्यंत ते आत येऊन पोहोचलेसुद्धा! त्यांचा सडपातळ, पण उंचापुरा देह सुटाबुटांत भारदस्त वाटत होता. त्यांच्यापाठोपाठ, जॅकेट आणि जीन्स चढवलेल्या एका गोऱ्यापान, रूपवान, राजबिंड्या तरुणानं प्रवेश केला. त्याला यापूर्वी कुठंतरी पाहिलंय, असं जाणवत असतानाच एकदम आठवलं, अरे! हा तर पम्या हजारे- बँकेच्या एकांकिकेत कामं

परदेशी । १

करून बक्षिसं पटकावणारा- बरोबर! प्रायोगिक रंगभूमीविषयी तो मनापासून बोलायचा, सतत हास्यविनोद करायचा आणि अत्यंत उत्साहानं एकांकिकेच्या तालमीची सगळी व्यवस्था ठेवायचा! आणि हो- त्या वेळी एक सुंदर मुलगीदेखील सतत त्याला मदत करायची. ती दोघं प्रेमात आहेत, हे अगदी स्पष्ट दिसायचं. काहीतरी वेगळंच नाव होतं त्या मुलीचं! काय बरं? हां, सगुणा... सगुणा चित्रे!

एवढ्यात मैत्रेयी बाहेर आली आणि पम्याला म्हणाली, "केलासच नं शेवटी उशीर? पूजा होऊनसुद्धा गेली! एक दिवस काही तुला वेळेत येता येत नाही!" पण प्राध्यापक पम्याच्या मदतीला आले. आपल्या मुलीला म्हणाले, "अगं, तो केव्हाचा तयार होता; पण माझंच आटपायला उशीर झाला. आणि आम्हाला होईना का उशीर; तू आधीच आलीयेस ना बहिणीच्या मदतीला- मग झालं तर! नवरा येईना का मागून!" मला धक्का बसला. म्हणजे पम्याचं लग्न या काटकुळ्या गार्गीपेक्षाही अधिक सावळ्या आणि रूपानं तिच्याइतपतसुद्धा बऱ्या नसलेल्या तिच्या बहिणीशी झालंय? मग- मग त्या सुंदर सगुणा चित्रेचं काय झालं?

पम्यानं मला कधी ओळखलं कोण जाणे! मी अचानक परदेशात भेटलो यात फार काही विशेष वाटल्याचं त्यानं दाखवलं नाही. तो तसा गप्प गप्पच होता. मीच त्याला विचारलं, "काय म्हणतेय तुमची प्रायोगिक रंगभूमी? इथं करता की नाही काही नाटकं?"

"विशेष नाही!" तो थोडासा निरुत्साहानं म्हणाला.

"नाही कसं?" प्राध्यापक कौतुकाच्या सुरात म्हणाले, "इथल्या वाङ्मय मंडळानं गणेशोत्सवात 'वाहतो ही दूर्वांची जुडी' बसवलं होतं, त्यात बाळू आपटेचं काम केलं होतं आमच्या जावईबापूंनी! आणि वेळ असतो कुणाला इथं नाटकं करायला?" मैत्रेयी मध्ये पडून म्हणाली, "इथं नोकरी आधी मन लावून करायला हवी, नाहीतर देतील परतीचं तिकीट हातात! नाटकंबिटकं ती रिकामटेकड्या भारतात!" हे आम्हाला उद्देशून होतं की पम्याला, तिचं तिलाच माहीत!

जेवणं आटोपून आम्ही परत निघेपर्यंत पम्या फारसं काही बोललाच नाही. बिस्मिल्लांच्या सनईची कॉम्पॅक्ट डिस्क लक्षपूर्वक ऐकत असल्यासारखा तो बसून होता. प्राध्यापक मात्र भरपूर गप्पा मारीत होते. ते इथंच नोकरी मिळवून दोन वर्षांपासून स्थायिक झाले होते. त्याआधी ते मुंबईच्या

कॉलेजात तत्त्वज्ञानाचे प्राध्यापक होते. गंभीर विषयांवर लिखाणही करीत. शिवाय त्यांचा ज्ञानेश्वरीचा व्यासंग होता. त्यांची ज्ञानेश्वरीवरची निरूपणं ऐकायला लोक लांबलांबून यायचे.

नऊवारी शालू बदलून मॅक्सीमध्ये बाहेर आलेली गार्गी आमच्या गप्पा ऐकून म्हणाली, "आता पुरे अप्पा; नाहीतर इथल्या इथं तुमचं निरूपणच सुरू व्हायचं!" "हो, हो!" किंचित ओशाळवाणं हसून प्राध्यापक मला म्हणाले. "तुम्ही असं करा ना, या रविवारी संध्याकाळी आमच्या घरीच या! खूप गप्पा मारू. तुमच्यासारखी भारतीय तत्त्वज्ञानात रस घेणारी माणसं क्वचितच भेटतात. आमच्या सौ.शीही ओळख करून देईन. आज ती आली नाही, तब्येत बरी नाही म्हणून!" बोलता बोलता त्यांनी खिशातून व्हिजिटिंग कार्ड काढून दिलं.

"तुमचं काहीतरीच अप्पा! त्यांना शिकागोला यायला कुठून वेळ मिळणार? त्यांचे इथले सगळे कार्यक्रम रांगेनं लागलेले आहेत!" गार्गी म्हणाली.

मी प्राध्यापकांकडे जाऊ नये, असं तर हिला वाटत नसेल? मनात उगाच शंका आली. पण का? प्राध्यापकांचं शिकागो डाउनटाउनमधलं अपार्टमेंट मानकरांच्या प्रशस्त बंगल्याच्या तुलनेत मला फार छोटं वाटेल म्हणून- की आणखी काही?

तरीही रविवारी वेळात वेळ काढून मी एकटाच सबवेनं शिकागोच्या डाउनटाउनमधला पत्ता शोधत गेलो. प्राध्यापकांशी अमेरिकेविषयी थोडी बातचीत करायची तर होतीच, शिवाय पम्याचा घुमेपणा बाजूला करून त्याच्याशी थोडं मनमोकळं बोलता येईल, अशी आशाही होती.

-पण आधी ठरलेलं असतानाही, मी गेलो त्या वेळी पम्या घरी राहिला नव्हताच. लवकर येणार नाही, असा निरोप ठेवून तो कुठल्या तरी कामासाठी बाहेर गेलेला होता. त्याची बायको मैत्रेयी बेडरूममध्ये होती, ती मी घरात असेपर्यंत एकदाही बाहेर आली नाही. "तिला चार महिने गेलेयत. अशा दिवसांत सगळ्या अनावश्यक हालचाली टाळायला सांगतात, इथं बायकांना," प्राध्यापक म्हणाले. आणि बाहेर येऊन माझ्याशी बोलण्याचा त्रास घेणं, ही अमेरिकन विचारसरणीप्रमाणे अनावश्यक हालचालच होती. नवऱ्याच्या परिचयातला माणूस! त्याच्याशी बोलण्याची आपल्याला गरज काय? संबंधच काय आपला त्याच्याशी? प्राध्यापकांच्या

सौ. मात्र तब्येत बरी नसतानाही बाहेर येऊन बसल्या. फिकट पिवळ्या रंगाची पाचवारी साडी त्यांनी लुंगीसारखी गुंडाळली होती. पिकलेल्या केसांची एक तोकडी वेणी घातल्यामुळे त्या अधिकच आजारी दिसत होत्या. अगदी सावकाश, आतून खंतावलेली माणसं कण्हल्यासारखं बोलतात, तशा त्या बोलत होत्या. मला म्हणाल्या, ''खूप बरं वाटलं, तुमच्या येण्यानं. तिथली माणसं आली की माहेरचं कुणी भेटल्यासारखं वाटतं. इथं आपली मराठी माणसं कमी नाहीत; पण जी ती आपापल्या कामात!''

''अगं, ही अमेरिका आहे; भारत नव्हे! इथली माणसं कामसू असतात. तिथल्यासारखा इथं कुणाला रिकामा वेळ नसतो चांभारचौकशा करायला!'' प्राध्यापक हसून उद्गारले. मग मला म्हणाले, ''कितीही समजूत घाला, हिचं गिरगावच्या अन् ठाकूरद्वारच्या आठवणी काढणं काही संपत नाही. आता इथं आम्हाला काही कमी आहे का? मुली इथंच आहेत. जावई, नातवंडंसुद्धा आहेत. शिवाय इथं सोयी किती, स्वच्छता किती! श्रीमंती किती! पण सुख अंगी लावून घ्यायचंच नाही म्हटल्यावर–''

''मला नाही हो इथली हवा चालत. थंडी वाजते फार! एक दिवस अशी कुडकुडतच मरून जाणारेय मी!'' असं म्हणत सौ. भानुशाली चहा करायला निघून गेल्या. प्राध्यापक अमेरिकेविषयी बोलतच राहिले. म्हणाले, 'तिथं इतकी वर्षं तत्त्वज्ञान शिकवलं; पण आम्हाला एक टीव्ही घेणं कठीण झालं होतं. मग कार तर राहू द्याच. इथं आमचा जावई तिसाव्या वर्षी मर्सिडीजमध्ये बसला! थंडीचं सांगते ही; पण इथं मिळतात तसले वूलन कपडे आणि लेदर शूज वापरायला भाग्य लागतं!... मुख्य म्हणजे इथं कदर आहे, माणसाची! मेहनतीच्या प्रमाणात पैसा मोजून देतात हातावर! तिथं काय आहे? सत्कार करतील, हार घालतील, अगदी पायावर डोकंसुद्धा ठेवतील गुरुमाउली म्हणून; पण टॅक्सी परवडत नाही म्हणून गुरुमाउली तिथं गाडीच्या धक्काबुक्कीत चेंगरतेय, याची कुणी पर्वा करणार नाही! मी तर ठरवलंय की, आता भारतात परत म्हणून जायचं नाही! सुदैव आमचं की थोरलीला इथं स्थायिक झालेला कॉम्प्युटरतज्ज्ञ नवरा मिळाला! तिच्याहून महत्त्वाकांक्षी निघाली आमची धाकटी मुलगी. स्वत:हूनच इथं आली, थोडे दिवस गार्गीकडे राहिली, नोकरीला लागली! मग भारतात

नवरा मिळणं का कठीण आहे? लगेच लग्न जमलं. पाठोपाठ मी इथं आलो! अमेरिका बघायला म्हणून आलो; पण इथं स्थायिकच व्हायचं ठरवून नोकरी शोधली, सहा महिन्यांच्या आत! म्हटलं- जन्म गेला हलाखीत, म्हातारपण तरी सुखात काढावं. भारतात आहे काय हो...घाण आणि कंगालपणा! माणसाची किंमत आहे कुठं तिथं?''

प्राध्यापकांचं ते हॉल, बेडरूम आणि किचन मिळून जेमतेम साडेपाचशे चौरस फुटांचं; पण सर्वत्र जाड गालिचा अंथरलेलं, तेराव्या मजल्यावरचं फॅशनेबल अपार्टमेंट सोडून मी रस्त्यावर आलो, तेव्हा प्रकाश मळकटला होता. समोरच्या बागेत येरझारा घालणारी आकृती ओळखीची दिसली, म्हणून नीट पाहिलं- तर पम्या! मला चुकवण्यासाठी तो वेळ काढीत असेल का? अधिक विचार न करता मी त्याला गाठलं आणि त्याच्या खांद्यावर हात ठेवून सरळच विचारलं, ''पम्या, तू मला टाळत होतास ना?''

त्यानं सारवासारव केली. मग मला घेऊन नाक्यावरच्या बारमध्ये गेला. दोघांसाठी मार्टिनी मागवून जरा मोकळा झाला. म्हणाला, ''खूप बोलायचं होतं तुमच्याशी, सर! पण ते घरात बोलता येण्यासारखं नव्हतं... म्हणून थांबलो नाही घरी... अप्पा भेटले ना?''

''हो, मजेत दिसले. अमेरिकेत रमलेत ते!''

''का नाही रमणार? रात्रंदिवस स्कॉच प्यायला मिळते ना इथं? ती भारतात मिळाली असती?'' पम्या कडवट हसला.

''असं का बोलतोस?''

''म्हणा मी कशाला नावं ठेवावीत त्यांना? मीदेखील तेच करतोय की!'' पम्या म्हणाला. ''मैत्रेयीचं स्थळ सांगून आलं, तेव्हा अमेरिकेत स्थायिक झालेली मुलगी मिळतेय, आणि लगेच तिथं नोकरी मिळण्याची शक्यता आहे, या आमिषांनी मीही हुरळूनच गेलो! बँकेतली नोकरी तडकाफडकी सोडली, एन्टरप्राइजच्या खुळ्या कल्पनेनं! सांगायला लाज वाटते, पण सगुणालाही सोडलं मी, इथं येण्याच्या ध्यासापायी!''

''पण नोकरी मिळालीच ना तुला इथल्या बँकेत? वयाच्या तिसाव्या वर्षी तू मर्सिडिजमध्ये बसलास.''

''हेच- हेच ऐकवते मैत्रेयी मला रात्रंदिवस! तिच्यामुळे मी अमेरिका पाहिली! उपकारांचा डोंगर रचला तिनं माझ्यावर. नाहीतर मी कोण

होतो? भारतासारख्या मागासलेल्या देशातला एक क्षुल्लक कारकुंडा! तिनं माझा उद्धार केला. या उपकाराची वसुली ती रात्रंदिवस करीत असते, मला टोचून- हिणवून- आणखी इतरही अनेक प्रकारांनी!''

''भारतात परत का जात नाहीस?''

''मैत्रेयी येणार नाही. मला घटस्फोट घ्यावा लागेल! आणि तिथं नोकरी मिळवण्याचं माझं वय आता गेलंय. मिळाली तरी हा पगार मिळणार नाही. आणि चैनीची सवय तर लागलेलीच आहे! परत लग्न होणं, तेही मनाजोगत्या मुलीशी, ते कठीण आहे! पुन्हा दुसरी मैत्रेयीच मिळाली तर–? त्यातूनही मी विचार करायला लागलो होतो परत जाण्याचा; पण आता मुलाचाही प्रॉब्लेम येणारेय! मैत्रेयीला दिवस गेलेत!''

''सगळं ठीक होईल. पण तू पूर्वीसारखा हसायला लाग पाहू! पूर्वी किती आनंदी होतास – माझ्या डोळ्यांसमोर आहे अजून!''

''आता हसायला लागायचं, म्हणजे मनाचा दगडच करायला हवा- जसा अप्पांनी केलाय तसा! अमेरिकेच्या मोहानं ते सारंच विसरलेत!''

–तिथल्या वास्तव्यात पम्या मला पुन्हा भेटला नाही, पण अप्पा भेटले; तेही अशा चमत्कारिक प्रसंगात की, भेटले नसते तर फार बरं झालं असतं, असं वाटलं!

सीअर्स टॉवर पाहून मी परतत होतो. लिफ्टच्या रांगेत काही मिनिटं उभे राहिल्यानंतर लिफ्ट आली. माणसांचा घोळकाच्या घोळका शिस्तबद्ध रीतीनं बाहेर पडला; आणि मी रांगेबरोबर आत जाऊ लागलो. एवढ्यात त्या उंचापुऱ्या सडपातळ लिफ्टमनच्या चेहऱ्याकडे माझी नजर गेली आणि मला धक्काच बसला! लिफ्टमनच्या राखाडी सुटाच्या युनिफॉर्ममध्ये प्राध्यापक भानुशाली उभे होते....

काय बोलावं, हे दोघांनाही सुचेना. शेवटी लिफ्ट चालू झाल्यावर मी त्यांना म्हटलं, ''अप्पा, तुम्ही ही नोकरी करता?''

''हो! नाहीतर आता या वयात आणखी कुठली नोकरी मिळणार?'' भराभर वर जाणाऱ्या मजल्यांकडे पाहत, किंचित कापऱ्या आवाजात प्राध्यापक म्हणाले. ''तत्त्वज्ञानाची डिग्री आणि ज्ञानेश्वरीची निरूपणं काही इथं नोकरीसाठी उपयोगी पडत नाहीत. आणि त्या वेळी सहा महिन्यांत नोकरी मिळायला हवीच होती, नाहीतर व्हिसा संपत होता....''

माझं डोकं भणभणू लागलं. भारतातला तत्त्वज्ञानाचा प्राध्यापक केवळ इथं राहता यावं म्हणून लिफ्टमनची नोकरी पत्करतो!

"अमेरिकेत पाहा, श्रमांची लाज वाटत नाही कोणाला." प्राध्यापक माझ्याकडे न पाहता म्हणाले. "प्रामाणिकपणे काम केलं, तर कुठल्याही नोकरीत कमीपणा नाही...."

'प्लीज प्राध्यापक...' मी मनातल्या मनात किंचाळलो. 'माणसाला मोह पडतो; तसा तो तुम्हालाही पडला! पण मोह पडला, हे कबूल करा! त्या मोहाचं तत्त्वज्ञान करू नका!'

पण उघडपणे मी काहीच बोललो नाही. लिफ्ट एव्हाना तळमजल्यावर येऊन पोचली होती. तिचं दार अप्पांनी उघडलं, आणि मी बाहेर पडलो. रीतीप्रमाणे लिफ्टमनला टीप देण्याचा धीर मात्र मला झाला नाही.

◆

श्रावण लागता-लागताच अण्णांना चंद्याचा फोन येतो- 'पंधरवड्याने मी मुंबईत असेन!' त्यापाठोपाठ रीतसर तार- अरायव्हिंग ऑन... वगैरे तपशिलासाठी. अण्णांच्या ऐकण्यात किंवा लक्षात ठेवण्यात चूक होऊ नये, म्हणून.

तार घेऊनच अण्णा आमच्याकडे येतात. विलक्षण हर्षभरित होऊन. भाऊ- चंद्या नऊ तारखेला येतोय!

सालाबादप्रमाणे अण्णा अष्टीकरांचा चंद्या (किंवा वॉशिंग्टनमधला डॉक्टर चंद्रकांत अष्टीकर- 'त्यांना अरे उच्चारताच येत नाहीत आपली नावं. मला डॉ. अस्टेकर म्हणतात...' इति. खो-खो हसत चंद्या.) गणपतीसाठी वॉशिंग्टनहून यायचाय, हे माझ्या चांगलंच लक्षात असतं. मी त्याच्या येण्याच्या तारखेकडे डोळे लावून बसलेला असतो.

माहेरवासी

अण्णा, आई दोघांचंही बरंच वय झालंय. त्यांना एअरपोर्टवर येण्याची दगदग मानवण्यासारखी नसते. म्हणून मी आणि चंद्याचे मेहुणे त्याला आणायला एअरपोर्टवर जातो. वास्तविक चंद्याला आणायला जाण्याची गरज नसतेच. दर वर्षी तो न चुकता येतो. त्यामुळे वाट त्याच्या पायाखालची- फारतर चाकांखालची असते. तरीसुद्धा भारतात पाऊल ठेवताच घरच्यांपैकी कुणी आपल्या स्वागताला हजर आहे, ही भावना त्याला सुखद वाटेल, म्हणून आम्ही जातो. निरीक्षण सज्जामधून आम्ही पाहत असतानाच चंदू चेकिंगमध्ये प्रवेश करतो. क्षणात आमची नजरानजर होते आणि चंदू अत्यंत उत्साहाने जोरजोरात हात हलवून आपला आनंद प्रकट करतो.

मग घरी आल्यानंतर प्रथम आई-अण्णांच्या पाया पडणं, त्यांच्या तब्येतीची विचारपूस.... अखंड बडबड. बॅगा उघडून आई-अण्णांसाठी, माझ्यासाठी आणलेल्या वस्तू आमच्या स्वाधीन करणं, आपल्या बायकोचे आणि वाढत्या मुलाचे फोटो दाखवणं... सगळं आटपेपर्यंत उजाडून

जातं.

चंद्याची बायको स्वीडिश आहे. त्याच्यासारखीच ती शिकायला म्हणून अमेरिकेत आली, ती तिकडेच स्थायिक झाली. चंद्याबरोबर ती दोन-तीनदा भारतात आली आह; पण वरचेवर येणं तिला वेळेच्या दृष्टीनं परवडत नाही. कदाचित ती तिच्या देशाला अशीच एकटी जाऊन येत असावी. चंदू दर गणपतीत भारतात न चुकता येतो, याचं मात्र तिला फार कौतुक आहे. त्याचं हे येणं आणि तीन-साडेतीन आठवडे राहून परत जाणं गृहीत धरूनच ती दोघं सहा-सहा महिन्यांपासून आपले कार्यक्रम आखत असतात....

सूनबाईंचे फोटो पाहून आई हरखतात. तिची तपशीलवार चौकशी करतात. अरुण किती उंच दिसायला लागलाय- तिच्यासारखाच दिसतो- त्याला का नाही आणलंस, वगैरे चौकशा करता-करताच त्यांच्या मनात येतं की, हा दिवसेंदिवस वेगळाच वाटायला लागलाय नाही? आपल्या घरातला नाही... आपला नातू वाटतच नाही. या अमेरिकन पोराची आजी आपल्यासारखी गावंढळ कशी असेल?

दुसऱ्या दिवशी चंदू जवळच्या सगळ्या लोकांना आपण आल्याची खबर देणारे फोन करीत सुटतो. मित्रांबरोबर पार्ट्या ठरवतो. एक आत्या दर वर्षी तो आल्यावर सत्यनारायण करते; तिच्याबरोबर पूजेची तारीख पक्की करतो. दोन-चार जुन्या मैत्रिणींबरोबर मराठी नाटकं पाहण्याच्या तारखा ठरवतो. बेळगावच्या काकांकडे दोन दिवस जाऊन यायचं म्हणून प्लेनचं रिझर्व्हेशन करून टाकतो... चार तासांच्या फोन्समधून अगदी अमेरिकन पद्धतीनं चंदू गणेश चतुर्थीच्या आधीच्या पंधरा दिवसांचं तपशीलवार प्लॅनिंग करून टाकतो....

त्यानंतर चंदू पायाला चाकं किंवा हातांना पंख लावल्यासारखा सगळीकडे भिरीभिरी फिरत राहतो. जमेल तितक्या वेळा मी त्याच्याबरोबर जातो. आमच्या कॉमन फ्रेंड्सकडेच नव्हे, तर त्याच्या नातेवाइकांकडेदेखील. दर वर्षी गाठ पडत असल्यामुळे माझीही आता त्यांच्याशी चांगली ओळख झाली आहे. शिवाय अमेरिकेत गावोगाव स्वत: गाडी चालवीत हिंडूनही मुंबईमध्ये गाडी चालवण्याची सवय नसल्यामुळे चंदूला माझ्या गाडीची आणि सारथ्याचीही गरज असते.

गाडी चालवताना शेजारी चंदू असला की, मी नेहमी ओशाळवाणा

असतो. अमेरिकेतले लांबरुंद, गुळगुळीत रस्ते, त्यांच्या व्यवस्थित आखलेल्या लेन्स, हिरव्यागार-पांढऱ्या, ठळक छापल्यासारख्या अक्षरांत नीटनेटक्या लिहिलेल्या सूचना आणि मुख्य म्हणजे माणसांची मुळीच दाटी नसणं, हे दररोज पाहणाऱ्या चंदूला इथले खोल-खोल खड्ड्यांनी भरलेले उंचसखल अरुंद रस्ते, ट्रॅफिक जॅम्स आणि गाड्यांसमोरून बिनधास्त चालणारी माणसं, गायी, कुत्री इत्यादी प्रकार अनुभवावे लागतात, याबद्दल मलाच अपराधी वाटतं. चंदू मात्र कशाचीही तक्रार करीत नाही. फार-फार तर 'आमच्याकडे असलं धाडस रोजच्या प्रवासात अनुभवायला मिळत नाही, म्हणून लोकांना रोलर कोस्टर वगैरेंमध्ये मुद्दाम बसावंसं वाटतं,' असले विनोद करतो.

आल्यासारखं सगळ्यांना भेटून जावं, सगळ्यांच्या भेटी पुन्हा एकदा व्हाव्यात म्हणून त्यांना गणपतीसाठी घरी येण्याचं आमंत्रण द्यावं, या विचारानं चंदू सगळ्या नातेवाइकांचे, मित्रांचे पत्ते शोधून काढून त्यांच्याकडे जातो. काही-काही पत्ते शोधताना माझीही दमछाक होते. चंदू मात्र, चल नाक्यावर जाऊन पान खाऊन येऊ, अशा थाटात मला, 'नऊ वाजता मी डोंबिवलीच्या मामांना ब्रेकफास्टला येतो म्हटलंय; आणि बाराला आपण अभयकडे विरारला जेवायला जाणार आहोत,' असं बेफिकीरपणे सांगत असतो....

गाड्यांच्या महागर्दीतून चंदूला हेलपाटत चढता-उतरताना पाहून, कशाला आपला सुखाचा जीव दुःखात घालायला हा इथं आलाय, या विचारानं मी कष्टी होतो. चंदूची मात्र काहीही तक्रार नसते. गर्दीत धक्केबुक्के खात, दोन्ही बाजूंच्या झोपडपट्ट्यांचं दर्शन घेत तो मजेत प्रवास करतो- 'काय ही मुंबईची परिस्थिती!' असं एकदाही न म्हणता. दहा बाय दहाच्या दोन खोल्यांमध्ये आपली अडगळ, चिरगुटं आणि इतर गोष्टी सांभाळीत संसार करणाऱ्या नातेवाइकांकडे तो उत्साहानं शिरतो. त्यांनी पुढे केलेले करंज्या, नाहीतर वडे खातो. 'वहिनी, पोहे मस्त झालेत! असे पोहे तिकडे नाही मिळत!' अशी शिफारसपत्रांची खैरात करीत मिट्ट गोड चहा चेहऱ्यावरची सुरकुती न हलवता घशाखाली उतरवतो. विशेष म्हणजे नातेवाईक गप्पच असतात, थोडे अवघडलेलेच असतात; पण चंदू एकटाच दोघांच्या वाटची बडबड करीत राहतो. अगदी आठवणीनं त्यांच्या घरातल्या सर्वांची विचारपूस करतो. (घरातल्या

कर्त्या पुरुषाला कुठली व्याधी आहे आणि कर्त्याबाईचं माहेर कुठल्या गावी आहे, इथपासून ते कुठलं मूल कितवीत आहे इथपर्यंत सारं त्याच्या मेंदूच्या कॉम्प्युटरमध्ये व्यवस्थित भरलेलं असतं.) स्वत:विषयी, आपल्या कुटुंबाविषयी किंवा अमेरिकेविषयी मात्र तो अगदी खोदून विचारलं तरच बोलतो....

मला एकसारखं वाटत राहतं की, प्रासादतुल्य घरात राहणारा हा माणूस मुद्दाम कष्ट घेऊन घर शोधत आपली विचारपूस करायला आला, याबद्दल त्याच्या नातेवाइकांनी त्याचं अधिक मोकळं स्वागत करावं... त्यांच्या थंडपणाचं चंदूला काही नाही वाटलं, तरी मलाच हुरहुरल्यासारखं होतं.

पुन्हा तीच गत चंदूला घेऊन मराठी नाटकांना किंवा सिनेमाला गेलं की होते. वाटतं, ब्रॉडवेवरची नाटकं पाहणारा हा माणूस- याला काहीतरी बरं बघायला मिळावं! पण समोर जे काय चाललेलं असतं, ते बघायला लागल्याबद्दल मी शेजारी बसलेल्या चंदूची हजार वेळा मनातल्या मनात माफी मागत राहतो. तो मात्र कशाहीवर फारशी टीका न करता, उलट 'युवर लक्ष्या बेर्डे इज डॅम गुड, यार' किंवा 'भक्ती इज टेरिफिक!' वगैरे शेरे मारून प्रसंग साजरा करीत असतो.

धडपड-धडपड करून चंदू बेळगावला जातो... तिथून एक दिवस गोव्याला जाऊन बहिणीच्या सासुरवाडीचा पाहुणचार घेऊन येतो... ओसंडत्या उत्साहानं गणपतीच्या स्वागताला तयार राहतो...

मग गणपती येतात. अष्टीकरांकडे हीऽ गर्दी जमते! एरवी अगदी एकटे पडलेले आई, अण्णा या गर्दीला तोंड देता-देता थकून जातात. दहा दिवस नातेवाईक, मित्रमंडळी गणपतीच्या दर्शनाला आणि चंदूला भेटायला म्हणून येतच राहतात! चंदू रोज सोवळं नेसून पूजा करतो, प्रत्येकाशी हास्यविनोद करतो, जुनी हिंदी-मराठी गाणी लावून ऐकतो, पुरणपोळ्या, श्रीखंड यांच्यावर आडवा हात मारतो, फॅशन स्ट्रीटवरून सुती शर्टस घेऊन येतो आणि मजेत राहतो....

–बघता-बघता चंदूचा परतण्याचा दिवस उद्यावर येतो. गणपती विसर्जन करून चंदू घरी येतो. आई, अण्णा थकून झोपी गेलेले असतात. गेल्या दहा दिवसांतली वर्दळ थांबलेली असते. घर निवांत श्वास टाकत असतं.

चंदू आणि मी दोघेच त्याच्या बाल्कनीत या मुक्कामातलं चंदूचं

शेवटचं ड्रिंक म्हणून गोव्याहून त्यानं हौसनं आणलेली काजूफेणी पीत बसलेले असतो.

चंदू म्हणतो- "मजा आली यार! पंचवीस दिवस कसे गेले कळलंच नाही!"

"खरंच का तुला मजा आली?" मी विचारतो. "मला नेहमी वाटतं चंदू की, तुम्ही तिकडच्या शांत, विलासी वातावरणातून इथं येता आणि तुम्हाला इथं काय बघायला मिळतं? जावं तिथं अडचण, खोळंबा, गर्दी आणि दिवसेंदिवस खालावणारा दर्जा!"

"असू दे रे! मला नाही वाटत त्याचं काही!" चंदू म्हणतो.

"तुला नसेल वाटत; पण मला वाटतं. आणि तुला वाटत नाही, हेही खोटं!" –एव्हाना मला अगदी निखळ सत्य सांगून टाकावं, असं वाटण्याइतकी फेणी चढलेली. "कसं राहील वाटल्याशिवाय? क्षणाक्षणाला मन तुलना करीत असेल तिथल्या आणि इथल्या परिस्थितीची!... पण तू ते कधीच बोलून दाखवत नाहीस! कारण तुला आमच्या दुःखांवर डागण्या द्यायच्या नाहीत... तुझी ही सहिष्णुतादेखील फार लागते बघ मनाला!... इथं आलं की आपलं वैभव विसरून इथल्या सगळ्या वाईट गोष्टींचा तुम्ही लोक स्वीकार करता- जसं तुम्ही आपल्या गरीब नातेवाइकांना स्वीकारता तसं- दयेनं, अनुकंपेनं! तुम्हाला म्हणायचं असतं... हा देश दिवसेंदिवस खालावत जाणार हे आम्हाला माहितेय. म्हणूनच आपण त्याला नावं ठेवता कामा नयेत! मरायला टेकलेल्या रुग्णाच्या उशाशी बसून त्याला धीर द्यावा, तसे तुम्ही आमच्यातले गुण शोधून-शोधून आमचं कौतुक करता!... हे कळतं चंद्या आम्हाला! तुमचे गोड शब्दच आम्हाला सांगून जातात की, आम्ही मृत्युशय्येवर आहोत!"

"वेडा आहेस तू, भाऊ!" चंदू माझ्या खांद्यावर हात ठेवीत म्हणता- "वेल आय नो व्हॉट यू फील! तोही एक दृष्टिकोन आहे; नाही असं नाही! पण नुसता तोच नाही भाऊ! आणखीही एक आहे. आमचं गोड वागणं तुला वाटतं तसं खोटं नसतं. सहेतुक नसतं!"

"–मग?"

"तू एक पाहिलंयस भाऊ? श्रीमंत घरात असलेली मुलगी माहेरी येते. माहेरी काय असतं? ...म्हातारा बाप, थकलेली आई, कोसळलेलं घर- दारिद्र्य! पण ते तिला दिसतच नाही! तिला दिसतं ते तिचं मागं

राहिलेलं बालपण! ते तिला परत जगायचं असतं! आणि ते जगायची एकच जागा या जगात असते- ती म्हणजे ते कोसळलेलं घर! म्हणून त्याच्या ओढीनं ती येते! प्रेम, उत्साह, आनंद उधळत माहेरी चार दिवस राहते- अगदी वेगळी होऊन! नवं चैतन्य घेऊन ती परत जाते श्रीमंत सासरी! आमचं तसंच असतं. आम्ही हे सगळं सोसतो ते कुणावर दया म्हणून नाही भाऊ, अनुकंपेनं नाही! –आम्ही इथं येतो ते हे आमचं माहेर आहे म्हणून! वर्षभर तिथल्या त्या सुखात जगत असतानाही आम्ही या कष्टांनी भरलेल्या आमच्या माहेराकडे डोळे लावून असतो! त्या आठवणीतच तिथं- त्या परक्या देशात जगतो!''

-लआणि दुसऱ्याच दिवशी, गणपतीबाप्पासारखा, पुढच्या वर्षी परत येण्यासाठी चंदू वॉशिंग्टनला परत जातो.

◆

साडेतीन वर्षांमागं मी अमेरिकेला गेलो होतो. इथं अमेरिकेतल्या माझ्या पहिल्या पहाटेविषयी चार शब्द सांगण्याचा विचार आहे....

अर्थात, पहाटेविषयी सांगायचं तर त्याला रात्रीपासूनच सुरुवात करायला हवी....

रात्र तशी वैऱ्याचीच होती. कारण टी.डब्ल्यू.ए.चं. प्लेन न्यू यॉर्कला ठरलेल्या वेळेपेक्षा चांगलं साडेतीन तास उशिरा पोचलं होतं. अर्थात त्याला जोडून असलेलं, शिकागोला जाणारं विमान सुटून त्याला तब्बल अडीच तास होऊन गेले होते आणि आता पुढचं फ्लाइट होतं, ते एकदम सकाळी! तेसुद्धा मी जिथं उतरलो होतो त्या केनडी एअरपोर्टवर नसून, लग्वादिया एअरपोर्टवर! तेव्हा आता रात्र न्यू यॉर्कमध्येच काढणं आणि सकाळी लग्वादियाला वेळेत पोचणं, नशिबी आलेलं होतं.

चाळीस डॉलर्स

सगळ्या रांगांमध्ये उभं राहून, सगळे चेकनाके पार करून मी सामान घ्यायला पट्ट्याशी गेलो तेव्हा दोन बॅग्ज् मिळाल्या; पण तिसरी 'मिसिंग!' मी धीर धरून सर्वांचं सर्व सामान येईपर्यंत थांबलो, तरीही ती बॅग काही आलीच नाही.

आता माझ्यापुढचा प्रश्न- न्यू यॉर्कमध्ये टी.डब्ल्यू.ए.नं विमान चुकल्याबद्दल राहण्याची सोय केलेली आहे, तिचं कूपन आधी घ्यायचं की, बॅग हरवल्याची तक्रार आधी करायची?

शेवटी ठरवलं की, बॅगचं नंतर पाहू. एका परीनं कूपनच्या रांगेत उभं राहताना सांभाळायला एक बॅग कमी आहे, ते बरंच! असा दुःखात आनंद मानून मी रांगेत उभा असताना रांगेतला एक हडकुळा गुजराती तरुण मला काहीतरी विचारू लागला... या मुलाला इंग्रजीचं एक अक्षरही कळत नव्हतं. लांबवर उभी असलेली त्याची बायको त्याच्यापेक्षा वयानं कितीतरी लहान आणि अधिकच अडाणी अशी दिसत होती.

दोघांनीही या परिस्थितीत अमेरिकेला येण्याचं धाडस करावं, हे धक्कादायक होतं. पण मी स्वत:ला धक्का बसू दिला नाही. कारण हाच काटकुळा गुजराती तरुण अमेरिकेत स्वत:चं दुकान काढून तिथं कायमचा स्थायिक होणार आहे, याविषयी मला बिलकूल शंका नव्हती....

खिडकीतून मला चाळीस डॉलर्सचं कूपन मिळालं. नुकताच अमेरिकेत गेलेला माणूस एकसारखा मनातल्या मनात डॉलरला अठराने गुणून त्याचे रुपये करीत असतो. (पुढं तिथल्या वास्तव्यात त्याची ही सवय जाऊन, डॉलर म्हणजे एक रुपया असं उदार अंकगणित त्याच्या अंगवळणी पडतं.) त्यामुळे विमान कंपनीकडून आपण सातशेच्यावर रुपये उकळू शकलो, या कर्तबगारीवर मी भलताच खूश होऊन गेलो.

गुजराती तरुणालाही कूपन मिळालेलं होतं; पण त्याचा अर्थ त्याला काही केल्या समजत नव्हता. (तरीही तो कसा कोण जाणे; त्या रांगेत उभा राहिला होता.) मी त्याचं शंकानिरसन केलं आणि हरवलेल्या बॅगेच्या शोधात परत निघालो....

एव्हाना सगळा एअरपोर्ट रिकामा झाला होता. प्रवासीदेखील तुरळकच राहिले होते. सामानाचे फिरते पट्टे बंद झाले होते. आता हरवलेल्या सामानाविषयीची तक्रार कुठं करावी, या विचारात मी असताना मला एअरपोर्टचा नोकर एका गाडीवर बरंचसं सामान घालून जाताना दिसला. मी त्याच्या गाडीकडे लक्षपूर्वक पाहिलं, तर काय? लो अँड बिहोल्ड! मला माझी बॅग त्या सामानात खिन्नपणे बसलेली दिसली. मला पाहून ती आनंदानं उडी टाकण्याच्या बेतात असताना, मी त्या सामानवाहकाला थांबवलं आणि त्याचं ओझं कमी करू लागलो. तेवढ्यात कुठूनसा एक गडद निळा सूट घातलेला जाडाजुडा अधिकारी तिथं आला आणि त्यानं योग्य त्या खाणाखुणा पटवल्यानंतर माझी बॅग मला दिली. माझ्यावर संशय दाखवला नाही की, मला डझनभर फॉर्म भरायला लावले नाहीत की, बॅगेची किंमत डिपॉझिट ठेवा, असं सांगितलं नाही, त्यावरून आपण भारतात नसून अमेरिकेत आहोत, याविषयी माझी खातरी पटली....

जाता-जाता परत लाभलेल्या बॅगच्या आनंदात मी वॉरन व्हिलला मेहुणीकडे फोन केला आणि 'आज माझी वाट पाहू नका, मी उद्या सकाळी येईन,' असं कळवलं. (अनेक फोन रांगेनं लावलेले- तिथं गर्दी

नाही आणि फोन 'आउट ऑफ ऑर्डर'ही नाहीत. असं चमत्कारिक दृश्य पाहण्याची मला तोवर सवय नव्हती.)

स्वत:च स्वत:चा हमाल होऊन मी सामानासकट एस्केलेटर चढून वर आलो आणि एअरपोर्टच्या बाहेर पडलो, तेव्हा रात्रीचे बारा वाजत आले होते. मी कूपनवर लिहिलेलं हॉटेलचं नाव वाचून तिकडे जायला किती नंबरची बस मिळते याची चौकशी केली. त्या प्रश्नाच्या उत्तरातच कुठल्या नंबरची शेवटची बस आत्ताच निघून गेली, या प्रश्नाचं उत्तर दडलेलं होतं. तरीही मी सामान सांभाळीत बसची वाट पाहू लागलो. काटकुळं गुजराती जोडपं इकडेतिकडे घुटमळत होतं, त्यांना मी त्यांचं हॉटेल कोणतं, तिकडे जाणारी बस कुठली आणि त्यांनी कुठं उभं राहायचं याचं मार्गदर्शन केलं. अर्थातच त्यांची बस तत्काळ आली आणि माझा निरोपही न घेता ती दोघं घाईघाईनं, लक्षाधीश होण्याच्या मार्गावर निघून गेली....

बसच्या थांबण्याच्या जागा आपल्याकडच्यासारख्या रातोरात बदलतही असतील, या विचारानं मी त्या जड सामानासकट सबंध रस्ता पालथा घातला; पण बसचं चिन्ह नाही! पूर्वीच्या सिनेमात जसं कुणाला घराबाहेर काढलं की, नेमकं वादळ सुरू व्हायचं, तशी माझी हालत अधिक खराब करायला पाऊस सुरू झाला. विमानात बसताना मला कुणी छत्री घ्यायची सूचना केली असती, तर मला त्याच्या डोक्याची शंका आली असती; पण आता मात्र खरंच छत्रीची गरज तयार झाली होती...

माझी बस येत नाही याची खातरी पटल्यावर माझ्याभोवती कॅबमेन ऊर्फ टॅक्सीवाले घुटमळू लागले. मी हॉटेलचं नाव सांगून, 'काय घेणार?' असं विचारल्यावर त्यांनी जादूनं हातातला पत्ता ओळखावा, तसा माझ्या कूपनवरचाच आकडा सांगितला. मी मनात गुणाकार करून हादरलो. सातशे वीस रुपयांची टॅक्सी करून हॉटेलवर जायचं? यापेक्षा मी चार वेळा मुंबई-पुणं जाऊन परत येईन! मी त्यांना नम्र नकार दिला. विमान कंपनीनं दिलेले चाळीस डॉलर्स वसूल करायला आपल्या खिशातले चाळीस डॉलर्स खर्च करणं, हा कुठल्या गावचा शहाणपणा?

शेवटी, दोघे-तिघे संशयास्पद लोक माझ्याभोवती फिरून तोंडातल्या तोंडात पुटपुटत वेगवेगळ्या देशांची नावं घेऊन एकदा माल तर पाहा, अशी विनंती करायला लागले, तेव्हा मी बसची वाट पाहणं सोडलं.

शुकशुकाट झालेल्या त्या ओल्याचिंब रस्त्यावरून मी एअरपोर्टवरच परत आलो. अर्धीच रात्र तर काढायची- या विचारानं वेटिंग रूमच्या कार्पेटवर पसरलो.

फ्लाइट साडेसहाची होती. एक तास आधी रिपोर्ट करायचं, तर पाचला तरी केनडीचा निरोप घ्यायलाच हवा होता! खरंतर वाहन मिळण्यासाठी अर्धा तास आधीच! त्याआधी तोंड धुणं, टॉयलेट कितीही घाईत आटपायचं तरी चारला उठायला हवं. म्हणजे जेमतेम अडीच तास झोप मिळणार! मी शरीराच्या कुरकुरीकडे लक्ष न देता (आणि आपापल्या हॉटेलात कधीचे आरामात झोपलेल्या इतर कूपनवाल्यांचा विचार मनात येऊ न देता) मनाचा गजर लावला- बरोबर चारचा!

बरोबर तीन वाजता मला जाग आली, ती वेटिंग रूममध्ये काही मुलांनी चालू केलेल्या टीव्हीच्या आवाजानं. वेटिंग रूममध्ये टीव्ही ठेवण्याच्या योजनाकौशल्याचं आणि अमेरिकेत रात्रंदिवस टीव्ही चालू असतो, या भारतात मिळालेल्या माहितीचं प्रत्यंतर मला मुद्दाम तीन वाजता उठवून देण्याची तशी गरज नव्हती. अर्थात, अमेरिकन जागे राहून टीव्ही पाहत असताना भारतीय संयमी झोपतो, ही गीतेची शिकवण ध्यानात घेऊन मी पुन्हा डोळे मिटले.

चार वाजता मला नेमकी जाग आली. एव्हाना आजूबाजूच्या सर्व भूतांची गडद निशा झालेली होती आणि मला मात्र संयम्याप्रमाणं उठणं भाग होतं. एक कुटुंबवत्सल आफ्रिकन माता पलीकडच्या सोफ्यावर जागत बसली होती. तिला सामानाकडे बघायला सांगून मी रेस्टरूम गाठली. स्वत:ला प्रेक्षणीय करण्यासाठी (एव्हाना माझ्या डोक्यात अस्सल मराठी वाक्यांऐवजी, अशी मूळ इंग्रजी कल्पनांची भाषांतरंच यायला लागली होती. ही सवय वाढत गेली तर माझ्यावर उच्चभ्रू मासिकांमध्ये वाङ्मयीन समीक्षा लिहिण्याची वेळ येणार!) माझ्याजवळ फक्त अर्धाच तास होता. तेव्हा फक्त शौचमुखमार्जन आटपून, दाढी सेंट लुईला आणि अंघोळ इलिनोइला करण्याचं ठरवून; पण कपडे मात्र बदलून मी बाहेर आलो.

बाहेर अजून पुरतं उजाडलेलं नव्हतं आणि पाऊस कधीही पडेल, असं वाटत होतं. बसस्टॉपवर चिटपाखरू नव्हतं. (पहिली बस माझ्या फ्लाइटनंतरची असणार, हे उघडच होतं.) हळूहळू कॅबमेन जमा होऊ

लागले होते. मी धीर करून एकाला, 'लग्वादियाला जाण्याचं काय घेणार?' असं विचारलं. आणि त्यानं जणू कट केल्यासारखा तोच आकडा माझ्या तोंडावर फेकला- चाळीस डॉलर्स!

परिस्थिती काल रात्रीच्या पेक्षाही अधिक कठीण होती. काल एअरपोर्टवर राहून भागलं; आज फ्लाइट चुकवून कसं चालणार?

बरेच कॅबमेन गोळा झाले होते. माझ्याकडे पाहत होते. आपापसात कुजबुजत होते. माझ्याशिवाय दुसरं गिऱ्हाईक आसमंतात नव्हतं. मी क्षणा-क्षणाला घड्याळाकडे नजर टाकून अधिकाधिक अस्वस्थ होत चाललो होतो आणि मृतप्राय जनावरावर डोळा ठेवून गिधाडांनी जसं जवळपास टुकत बसावं, तसे ते माझ्यावर नजर लावून बसले होते. जातो कुठं हा? येईलच पाय धरीत!- अशा भावनेनं. त्यामुळे माझ्या लेखी प्रश्न आता केवळ पैशांचा राहिला नव्हता. काहीसा जिद्दीचाही झाला होता! पण विमान चुकल्यास या जिद्दीलाही काही अर्थ नाही, असा इशारा घड्याळ देत होतं! साडेपाच होऊन गेले होते आणि लग्वादियाला पोहोचायला किती वेळ लागतो आणि कुठलं वाहन मला तिथवर पोहोचवणार, याची काहीही कल्पना मला नव्हती.

शेवटचा उपाय म्हणून मी येणाऱ्या-जाणाऱ्या प्रत्येक मोटारीला हात दाखवायला सुरुवात केली. खरंतर या बाबतीतला माझा अनुभव दारुण होता. लिफ्टशी माझा संबंध मी इतरांना ती देण्यापुरताच आला. इतक्या वर्षांत माझ्यासाठी आजवर कुणीही गाडी थांबवली नव्हती, की मीही कधी कुणाला हात दाखवला नव्हता! नाही म्हणायला वरळीला एकदा मला ओळखणारे दोन पुरुष व एक स्त्री यांनी मला आवर्जून टॅक्सीत बोलावून, मग पोर्तुगीज चर्चशी स्वत: उतरून 'पुढं न्या तुम्ही ही टॅक्सी' असं सांगितलं होतं. तेव्हापासून जगात लिफ्ट मिळवणाऱ्यांची आणि लिफ्ट देणाऱ्यांची, अशा दोन भिन्न जाती आहेत, आणि आपण जन्मत:च त्यातल्या पहिल्या जातीतले नाही, अशी माझी खातरी झाली होती. तरीही मी नाइलाजानं लिफ्ट विचारीत होतो. त्याप्रमाणे एक कोवळी जोडी थांबली. पण त्यांच्या प्रेमकलहामध्ये, पुढं जायचं की थांबायचं, हेच ठरत नव्हतं. एक म्हातारा थांबला तो पार्किंगला जागा शोधण्यासाठी, आणि एका मध्यमवयीन बाईनं लग्वादिया हे नावच ऐकलेलं नव्हतं.

आता पावणेसहा होऊन गेले होते आणि माझा धीर सुटत चालला होता. आता चाळीस डॉलर्स देण्याची माझ्या मनाची तयारी झाली होती. पण ते त्या वाट पाहत थांबलेल्या गिधाडांच्या तोंडात टाकणं मला अपमानाचं वाटत होतं. इतका वेळ- म्हणजे आदल्या रात्रीपासूनच जो त्रास मी सहन केला, त्याला काहीही अर्थ नव्हता, असं स्वत:हून कबूल करण्यासारखं ते झालं असतं. शेवटपर्यंत मी माझी बाजू लढवली होती आणि आता मात्र मानहानी आणि अर्थहानी दोन्ही समोर दिसत होत्या. अमेरिकन अर्थव्यवस्थेचा बळी व्हायचं की विमान चुकू देऊन भारतीय अस्मितेचा हुतात्मा, एवढाच निर्णय मला घ्यायचा होता....

-आणि अशा निर्णायक की कोणत्याशा क्षणी एक टोयटो माझ्यासमोर येऊन थांबली आणि ती चालवणारा एक सडपातळ, गंभीर चेहऱ्याचा तरुण मला म्हणाला – 'कार ऑन हायर, सर!' हा कॅबमनचा भाऊच होता; पण बराच लांबचा. शिवाय तो स्वत:हून माझ्याकडे आला होता आणि माझी, त्या कुत्सितपणे हसणाऱ्या कॅबमेनच्या टोळक्याकडे जाण्याची अवहेलना टळली होती. मी अत्यंत आनंदानं त्याला म्हटलं, 'लग्वादिया' – 'टेन डॉलर्स!' तो म्हणाला. मला हर्षवायूच व्हायचा बाकी राहिला. तो सडपातळ ड्रायव्हर खाली उतरला, आणि सामान डिकीत- चुकलो, ट्रंकमध्ये! (इथं भलत्याच गोष्टीला डिकी म्हणतात.)- ठेवू लागला....

रस्त्यात अजून पावसाळ्यातला मंद प्रकाशच होता. नीट उजाडलेलं नव्हतं, आणि गाड्या दिवे लावूनच चालल्या होत्या. माझ्या किती रोमँटिक कल्पना होत्या. अमेरिकेतल्या पहिल्या पहाटेविषयी! – पण ती तसली परदेशी अपूर्वाईची पहाट निव्वळ धाकधुकीत वाया गेली होती....

◆

बेल वाजताच मी दार उघडलं. पाहतो, तर दारात रागिणी शिवपुरे उभ्या.

माझ्या आश्चर्याला पारावार राहिला नाही. रागिणीबाई उत्तम लेखिका होत्या. पूर्वी सत्यकथा मासिकामधून त्यांच्या छोट्या, पण आशयगर्भ लघुकथा छापून येत असत. नुकतीच त्यांची एक छोटेखानी; पण अत्यंत कलात्मक अशी, मानवी नातेसंबंधांचा तडक छेद घेणारी, 'आटलं आटलं पाणी' ही कादंबरीदेखील 'मौज'नं प्रकाशित केली होती आणि रीतीप्रमाणे ती रसिकांनी आणि टीकाकारांनी डोक्यावरही घेतली होती. अशा नामांकित लेखिका माझ्या घरी साक्षात आलेल्या पाहून मला साश्चर्य आनंद झाला. क्षणभरानं भानावर आल्यानंतर मी त्यांना 'या-बसा,' म्हटलं.

मोत्यांच्या बांगड्या

अत्यंत विनम्रपणे, सुहास्य वदनानं त्या हात जोडून म्हणाल्या, "नमस्कार, मी रागिणी शिवपुरे."

"ओळखलं मी." मीही हात जोडून म्हटलं. "तुम्हाला कोण ओळखत नाही?"

"तुम्हाला थोडी तसदी द्यायला आलेय मी." चहापाणी झाल्यावर, आरामात बसून, अत्यंत मृदू स्वरात रागिणीबाई म्हणाल्या, "तुम्ही अमेरिकेला जाताय असं कळलं."

"हो. येत्या शुक्रवारी," मी म्हटलं.

"माझी मुलगी रॉचेस्टरमध्ये असते. तिथं समाजशास्त्र शिकवते ती. तुम्हाला ऐकून माहीत असेल बघा- तारका हेबळे तिचं नाव. मधून-मधून सत्यकथांमध्ये काही स्फुटलेखन करायची ती. व्यक्तिचित्रं वगैरे प्रकारचं. सत्यकथांच्या संपादकांची ती फार लाडकी आहे. तिच्याकडे जाऊनसुद्धा आलेत ते रॉचेस्टरला."

"अरे वा!" मी उद्गारलो.

"एक आहे मात्र आमच्या तारीचं- एक नंबरची विसरभोळी. तंद्रीत असते नेहमी. कधी एखाद्या कथेच्या, नाहीतर वाचलेल्या कवितेच्या. इथं आली की, नेहमी चार-दोन वस्तू विसरून जाते. गेल्या वेळी आली तेव्हा बांगड्याच विसरून गेली. आता बांगड्यांसारखी जोखमीची गोष्ट, तशाच विश्वासू माणसाशिवाय दुसऱ्या कुणाबरोबर पाठवता येणारेय का? आपण आजच प्रत्यक्ष भेटत असलो, तरी मी तुम्हाला कितीतरी वर्षं ओळखते. तुम्ही रॉचेस्टरला गेलात, तर द्याल का या बांगड्या तिला?"

बोलता-बोलता रागिणीबाईंनी पिशवीतून एक चौकोनी डबी बाहेर काढली. ती उघडून माझ्यासमोर धरली. आत मोती जडवलेल्या चार बांगड्या होत्या. या अमेरिकेपर्यंत न्यायच्या आणि न सांडता, न हरवता जिच्या तिला द्यायच्या! गोष्ट जोखमीची होती खरीच!

"न्याल ना?" रागिणीबाई आर्जवानं म्हणाल्या. त्या निमित्तानं भेट होईल तुमची अन् तारीची. तारीचा स्वभाव फार गोड आहे. माणसांची तिला फार ओढ! विशेषत: साहित्यिक, कलावंत अशी मंडळी आली की, ती त्यांचं मोठ्ठ्या उत्साहानं आदरातिथ्य करते. जाल ना तुम्ही तिच्याकडे?– तसं पत्र टाकते मी तिला."

मला रागिणीबाईंचा आग्रह मोडवेना. मी जोखीम पत्करण्याचं ठरवलं. बाईंकडून त्या मोत्याच्या बांगड्या आणि प्रा. तारका हेबळे हिचा पत्ता घेतला. बाई चार शब्द बोलून समाधानानं निघून गेल्या.

त्या जाताच मी त्या बांगड्या कपाटात जपून ठेवल्या. या न्यायला विसरता कामा नये, प्रवासात जपायला हव्यात! मुलीला, तिच्या राहून गेलेल्या बांगड्या पाठवणाऱ्या आईच्या भावनांची कदर राखून त्या न चुकता पोहोचवायलाच हव्यात! रागिणीबाईंनी माझ्यावर टाकलेल्या विश्वासाची परतफेड करायलाच हवी! मी बाईंना मनोमन वचन देऊन टाकलं – तुमच्या लेकीला बांगड्या पोहोचवीनच पोहोचवीन!

त्यानंतर बरोबर तीन महिन्यांनी मी अमेरिकेतल्या बफेलो गावी पोहोचलो होतो. रॉचेस्टरपासून हेच गाव त्यातल्या त्यात जवळ होतं. बफेलोमध्ये मी डॉक्टर करंदीकरांच्या घरी राहत होतो. त्यांची पत्नी शारदा मुंबईत आमच्या शेजारी लहानाची मोठी झाली होती. शारदा अत्यंत कामसू आणि उत्साही! एक दुपार मोकळी काढून, मुलांना बेबी सीटरकडे

पोहोचवून स्वत: गाडी ड्राइव्ह करीत तिनं मला अमेरिका नि कॅनडा या दोन्ही देशांच्या बाजूनं जगप्रसिद्ध नायगाराचं दर्शन घडवून आणलं!

मी तिला म्हटलं, ''मला रॉचेस्टरला जायचंय. तारका हेबळेच्या बांगड्या द्यायला.''

''जाऊन ये.'' शारदा म्हणाली. ''पण तिथं जायला प्लेनचा उपयोग नाही. तुला एक रात्र ग्रेहाउंड बसनं प्रवास करावा लागेल!''

''चालेल,'' मी म्हटलं. भारतात बसनं एक रात्र प्रवास करून जायचं म्हंजे किती लांब वाटतं; पण तिथं मी इतका प्रवास करीत होतो की, या अंतराचं मला काहीच वाटलं नाही.

''जाऊन-येऊन साधारण शंभर डॉलर्स खर्च होतील.'' शारदानं अमेरिकन व्यवहारीपणानं माहिती पुरवली.

बांगड्या पोहोचवायला माझी काही पदरमोड होईल, हे माझ्या इतका वेळ ध्यानातच आलेलं नव्हतं. पण आता मी माघार घेणार नव्हतो. रागिणीताईंना दिलेलं वचन माझ्या डोक्यावर स्वार झालं होतं. मी म्हटलं, ''ठीक आहे. मी खर्चीन शंभर डॉलर्स!'' - आणि नंतर माझं बोलणं अगदीच खुळेपणाचं दिसू नये म्हणून मी म्हटलं, ''नुसत्या बांगड्यांसाठीच नाही जात मी. रॉचेस्टरमध्ये साहित्यिक जोगदंड राहतात, त्यांनाही भेटायचंय मला! गृहस्थ व्यासंगी आहेत; त्यांची काही पुस्तकं वाचलीयत मी!''

दुपारी आम्ही जोगदंडांकडे फोन लावला. मी तिकडे येणार, हे कळताच जोगदंडांना फार आनंद वाटला. त्यांची प्रकृती चांगली नव्हती. तरीही 'आपण एक चर्चेचा कार्यक्रम ठेवू– मी मित्रांना बोलावीन,'असं ते म्हणाले.

नंतर आम्ही तारका हेबळेकडे फोन लावला. तिला मी म्हटलं, ''नमस्कार. मी तुमच्या गावी येतोय. एखाद-दोन दिवस राहीन. तुम्हाला भेटायचंय, झालंच तर जोगदंडांबरोबर एक इव्हिनिंग घालवायचीये. ते त्यांच्या मित्रमंडळींना बोलावणारेत!''

''कमाल आहे!'' तारका उद्गारली. ''जोगदंडांना कॅन्सर झालाय, माहीत नाही का तुम्हाला? ते कसे काय इव्हनिंग घालवणार तुमच्याबरोबर? सध्या तर त्यांची कंडिशन अगदीच वाईट आहे!''

''तसं म्हणाले नाहीत ते! – आणि खरोखरच त्यांची कंडिशन तेवढी वाईट असेल, तर त्यांना बघून येणं अधिकच जरुरीचं आहे! फार-फार तर त्यांना त्रास होईल अशा चर्चाबिर्चा सगळ्या रद्द करू.

तुम्हीच सांगा त्यांना तसं.''

''मी बघते.'' तारका म्हणाली. ''कधी यायचा विचार आहे तुमचा?''

''उद्या किंवा परवा. ग्रेहाउंडचं रिझर्व्हेशन मिळण्यावर आहे! नाही तर मी उद्याच शिकागोला परत जाणार आहे... मी चौकशी करून नंतर फोन करतो तुम्हाला.''

''बरं,'' असं म्हणून तारकानं फोन खाली ठेवला. तिच्या आईनं तिला भारतीयाचा आवाज ऐकून अत्यानंद होईल, असं म्हटलं होतं. तसं काही झालेलं मला जाणवलं नाही.

शारदानं भराभर फोन केले आणि दुसऱ्या दिवशीच्या ग्रेहाउंडचं टेंपररी रिझर्व्हेशन केलं. संध्याकाळी आम्ही तारकाला परत फोन केला.

''मी उद्या इथून निघतोय. परवा सकाळी अकरा वाजेपर्यंत तिथं टच होईन.''

''म्हणजे बुधवारी?''

''हो.'' मी म्हटलं. ''बुधवारी अकरा वाजता.''

''तसं नको.'' तारका त्रासिकपणे म्हणाली. ''तुम्हाला तिथनं गुरुवारी निघून इथं शुक्रवारी नाही का येता येणार? म्हणजे शनिवारी एक दिवस तुम्ही राहू शकाल. शनिवार-रविवार आम्हाला रजा असते. त्यांतला एक दिवस मी तुम्हाला देऊ शकते.''

''थँक्यू,'' मी म्हटलं. ''पण त्यासाठी मला इथं बफेलोमध्ये दोन दिवस अधिक राहावं लागेल. इथल्या माणसांचा पाहुणचार आणखी दोन दिवस घ्यायचा म्हणजे त्यांना उगाच....''

''बघा बुवा. मला फक्त शनिवारच मोकळा आहे.''

''मी कळवतो तुम्हाला.'' मी म्हटलं.

शारदानं माझं फोनवरचं बोलणं ऐकलं होतं. ती म्हणाली, ''इथं दोन दिवस अधिक राहणं एवढं काय अवघड वाटतंय तुला? तुझा काही त्रास नाहीये आम्हाला. मजेत राहा अन् गुरुवारी जा. इथं असंच आहे! शनिवार-रविवारशिवाय कोणी मोकळंच नसतं.''

''पण तारका दिवसभर मोकळी नसेना का! मला फक्त तिला बांगड्या द्यायच्यायत. जोगदंडांना बघून यायचंय – बस्! मला काही तिनं तुझ्यासारखं भटकवून आणायला नकोय!''

तरीही शारदेनं मंगळवारचं रिझर्व्हेशन कॅन्सल करून गुरुवारचं

मिळवलं; आणि तारकेला फोन लावून दिला. मी म्हटलं, "तुम्ही सांगितल्याप्रमाणे मी शुक्रवारी यायचं ठरवलंय. शनिवारी दुपारी मी परत यायला निघेन; चालेल ना?"

क्षणभर तारका गप्पच होती.मग म्हणाली, "किती वाजता येणार तुम्ही?"

"अकरा. बसचा नेहमीचा वेळ!"

"ठीक आहे. तुम्ही या आणि पावणेचारपर्यंत बसस्टॉपवरच थांबा."

"का?" –मी चमकून विचारलं.

"माझं कॉलेज तीनला सुटतं. पावणेचारला मी तुम्हाला कलेक्ट करू शकते. त्याच्या आधी नाही."

"पण मी पावणेपाच तास नुसता स्टॉपवर कसा थांबू? तुम्ही तुमच्या लेक्चर्सची काही ॲडजस्टमेंट नाही का करू शकणार? अजून चार दिवस आहेत."

"नाही हो." मला अडाण्यात काढत ती म्हणाली. "इथं टाइमटेबल नाही बदलता येत. रजाही नाही घेता येत. कुठल्याही चिल्लर कारणानं रजा मिळायला इंडिया नाही हा! बरं तर – तुम्ही शुक्रवारी या. मी पावणेचारला येते स्टॉपवर!"

"मी नंतर कन्फर्म करतो," असं म्हणून मी फोन खाली ठेवला.

मी थोडा वेळ विचार केला. शारदानं सुरेख कॉफी बनवली आणि बरोबर खायला पेस्ट्री काढली. ती खाता-खाता मी शारदाला म्हटलं, "तारका हेबळे तुझ्यासारखी हौशी दिसत नाही!"

"का? काय झालं?" –तिनं विचारलं.

"काही नाही. मी उद्याच शिकागोला परत जाईन म्हणतो."

"का? रॉचेस्टरचं ड्रॉप केलंस?"

"हो. माझ्या जाण्यानं त्या तारका हेबळेची अडचण होणार असेल तर मी पदरचे शंभर डॉलर्स आणि तुला दोन दिवस अधिक त्रास देऊन तिच्याकडे जाण्याचा आग्रह का धरू? शिवाय तिथं गेल्यावर ती कशी वागेल, हा सस्पेन्सच आहे! आताच पाच तास स्टॉपवर काढायला सांगतेय!"

"बांगड्यांचं सांगितलंस तिला?"

"मुद्दामच नाही सांगितलं. त्याशिवायच ती कसं स्वागत करतेय हे बघायचं होतं मला."

दुसऱ्या दिवशी मी शारदेच्या आग्रहाला न जुमानता शिकागोला

परत निघालो. माझी तयारी चालली असतानाच शारदानं तारकाला फोन लावला. ''ते येत नाहीयेत तिकडे,'' तिनं सांगितलं. ''नाही- अचानकच ठरवलं. का माहीत नाही. प्लीज, तुम्ही जोगदंडांना फोन करून तेवढं कळवाल का? थँक्स... नाही हो. रागावले नाहीत... हो. तुमचंही बरोबर आहे... हो – तुमची फार निराशा होईल हे तर खरंच! बरं तर... गुड डे!''

मुंबईला परतताच मी रागिणी बाईंकडे गेलो. त्यांनी अत्यंत उत्साहानं माझं स्वागत केलं.

''सबंध प्रवासभर मी बांगड्यांची जोखीम सांभाळली बघा!'' मी बाईंना सांगितलं. ''शिकोगाहून मी जो प्रवासाला निघालो, तो चांगले दोन महिने अमेरिकाभर भटकलो. सगळीकडे त्या बांगड्या बरोबर! सबंध प्रवासात माझ्या सामानापेक्षा या बांगड्यांची मला जास्त काळजी! अगदी परतीच्या प्रवासातसुद्धा!''

''म्हणजे? तुम्ही बांगड्या परत आणल्यात?''

''हो- ह्या घ्या.'' मी रागिणीबाईंना बांगड्या परत करीत म्हटलं. माझी तयारी होती रॉचेस्टरपर्यंत जाण्याची; पण ते तारकाताईंना सोयीचं नव्हतं.

''तुमचा काहीतरी गैरसमज झालेला दिसतोय. तारीला तर खूप आनंद होतो आपल्या माणसांना भेटायला!''

''हो- पण ती माणसं बसस्टॉपवर पावणेपाच तास थांबायला तयार असली आणि एकच दिवस राहणार असली तर!''

''तेवढं आपण समजून घ्यायला हवं. अमेरिकेत प्रत्येक गोष्ट काटेकोरपणानं, शिस्तीनं आणि हिशेबानंच होते. त्यात तारीचा काय दोष?''

''दोष? छे हो! मी त्यांना दोष कसा देऊ! उलट त्यांच्याकडून मी एक नवीन गोष्ट शिकलो- माणसानं काटेकोर, हिशेबी आणि शिस्तशीर कसं असावं, ही. जिच्याशी आपली ओळखदेखील नाही, अशा व्यक्तीची वस्तू पोहोचवण्यासाठी स्वत:चे शंभर डॉलर्स आणि चार दिवस वाया घालवणं हा मूर्खपणा आहे! आणि असला मूर्खपणा आम्ही भारतात राहणारे भारतीय सदान्कदा करीत असतो, तो बंद करायला हवा! तुम्हाला काय वाटतं?''

◆

ती आणि तिचं बाळ

वॉशिंग्टनमधली एक संध्याकाळ.

मी त्या वेळी वॉशिंग्टनमध्ये कुमठाकरांकडे राहत होतो. त्यांच्याच एका मित्राकडे त्या दिवशी पार्टी होती. निमित्त होतं कलकत्त्याहून आलेल्या एका रंगभूमी-चित्रपट गाजवलेल्या कलावंताच्या स्वागताचं. पन्नास-साठ मित्रमंडळी, दादा बसूंच्या प्रशस्त हॉलमध्ये जमली होती. पाहुण्या कलावंतांना प्रश्न विचारीत होती. ते त्या प्रश्नांची खुलवून खुलवून उत्तरं देत होते. त्या उत्तरांना जोडून स्वतःचे अनुभव सांगत होते. बैठक रंगली होती. संध्याकाळ गडद व्हायला लागली, तशी दादा बसूंनी ग्लासेस भरायला सुरुवात केली. मंडळी एकेक सिप घेता-घेता अधिकच बहरून विचारू लागली, ऐकू लागली.

एका कोपऱ्यात एक हसतमुख तरुणी बसली होती. शरीराने काहीशी कृश, पण पाणीदार डोळ्याची. ती बरेच प्रश्न विचारीत होती. पाहुण्यांविषयी आदर ठेवून, तरीही स्वतःच्या शंकांचं पुरतं समाधान होईपर्यंत ती खोदून-खोदून विचारीत होती. प्रश्न विचारताना आणि त्याचं उत्तर माना डोलावीत ऐकताना तिच्या केसांचा बॉब मजेशीर हलत होता. मी बसलो होतो, तिथून ती मला सबंध मात्र दिसत नव्हती. तिनं पुढं येऊन प्रश्न विचारायला हरकत नव्हती; पण का कोण जाणे, ती मात्र आपला कोपरा सोडायला तयार नव्हती.

हळूहळू प्रश्नोत्तरं कमी झाली, पिण्याला अधिक गती आली. पाहुणे आणि श्रोते जवळपासच्या माणसांशी संभाषण करण्यात रंगून गेले आणि बैठक अधिकाधिक अनौपचारिक होऊ लागली. कुमठाकरबाई जवळच बसल्या होत्या. त्यांना मी म्हटल- "ती कोपऱ्यातली मुलगी... भलतीच हुशार दिसते!"

"हो ना!"- त्या म्हणाल्या, "ती मैत्रेयी- अमेरिकन माणसाशी

लग्न केलंय तिनं. एम.एस्सी.ला गोल्ड मेडल मिळवून इथं आलीये. भारत सोडला त्याला झाली असतील चार वर्षं... पण तिथली बित्तंबातमी असते हिला!''

आता सगळी मंडळी उभ्यानं वावरत होती. इकडेतिकडे फिरत होती. मैत्रेयी मात्र आपला कोपरा सोडायला तयार नव्हती. जवळ येणाऱ्या माणसांशी ती तिथल्यातिथंच उभी राहून, हसून बोलत होती. परत खाली- आपल्या जागेवर बसत होती.

कुमठाकरबाई मला तिच्याजवळ घेऊन गेल्या आणि त्यांनी माझी तिच्याशी ओळख करून दिली. तीही आधीपासूनच ओळख असल्यासारखी मजेत गप्पा मारू लागली आणि इतका वेळ मला वाटत असलेलं कुतूहल दूर झालं. लोकांच्या आड, कोपऱ्याजवळ, एक प्रॅम उभी केलेली होती. तिच्यात एक लहान मूल होतं. ती प्रॅम तिथं होती, म्हणून मैत्रेयी तो कोपरा सोडू शकत नव्हती.

आतल्या मुलाकडे माझं लक्ष जाताच मैत्रेयी उत्साहानं म्हणाली- ''मीट माय डार्लिंग सन- जॉय! जॉय, धिस इज युअर अंकल!''

जॉयच्या चेहऱ्यावरची रेषही हलली नाही. तो कुठेतरी निर्विकारपणे बघत प्रॅममध्ये पडून राहिला होता. मग माझ्या लक्षात आलं. जॉय चारचौघा मुलांसारखा नव्हता. त्याचा चेहरा जडावल्यासारखा दिसत होता. डोळे निस्तेज होते. डोक्यावर केस अजिबात नव्हते आणि कपाळ टेंगूळ आल्यासारखं झुकलं होतं. तीन वर्षांच्या सर्वसामान्य मुलानं पार्टीमध्ये धावून, उड्या मारून धुमाकूळ घातला असता; पण जॉय अगदी शांतपणे प्रॅममध्ये पडून होता. आईचं बोलणं त्याला समजत नसावं. मात्र अधूनमधून तो तिच्याकडे नजर टाकी, तेव्हा तिचं अस्तित्व त्याला जाणवत असावं. तिचं मात्र कायमच त्याच्याकडे लक्ष होतं. कारण केव्हाही त्यानं आईकडे पाहिलं, तरी आईची प्रेमळ हसरी नजर त्याच्या त्या मंद नजरेला भेटायचीच!

रात्री घरी परतल्यावर कुमठाकरबाई मला म्हणाल्या, ''पाहिलंत ना तुम्ही? काय दुर्दैव त्या बिचाऱ्या मैत्रेयीचं! इथं येऊन कॉम्प्युटर सायन्सचा कोर्स करणार होती; पण आल्या आल्या लग्न झालं आणि लगेच मूल झालं, ते हे असं! जन्माला आलं ते जवळजवळ निपचितच! सगळ्यांना वाटलं की, ते चार दिवस काही जगणार नाही! पण हा

इतका आकार आलेला दिसतोय त्याला, तो हिनंच दिलाय. रात्रंदिवस रक्ताचं पाणी करून! अजून बोलत नाही! क्वचित हसतो, रडतो – महिन्यातून एकदा तरी त्याला अशा फिट्स येतात की आता जगतो की मरतो, असं वाटतं! पण ही म्हणून त्याचं सगळं करते! त्यासाठी आल्या आल्या लागलेली चांगली नोकरी सोडून दिली, बँकेतली- म्हणजे द्यावीच लागली. नाहीतर चोवीस तास कसं राहणार त्याच्याबरोबर? त्या कॉम्प्युटर कोर्सचं तर आता नावच काढत नाही!''

''पण तरीसुद्धा इतकी हसतमुख असते, हे विशेष आहे!'' मी आश्चर्यानं म्हटलं.

''हो बाई, ते आहेच तिचं! नवराही प्रेमळ आहे, समजूतदार आहे! तो हळहळतो हिचे श्रम बघून. जमेल तेवढी मदत करतो, पण त्याचा बराच वेळ त्याच्या कंपनीतच जातो- एक्झिक्युटिव्ह आहे तो तिथं. तेव्हा ही कायम जॉयला जखडूनच असते. खरंतर इकडे सरकारनं सोय केलीये, अशा मुलांना कायम इन्स्टिटट्यूशनमध्ये ठेवायची.पण मैत्रेयीसारख्या हट्टी आया मुलाला आपल्यापासून दूर करायला तयार होतील, तर ना!''

मी वॉशिंग्टनहून भारतात परतलो, तरीदेखील जॉयची प्रॅम आणि ती ठेवलेल्या कोपऱ्यात अडकून पडलेली मैत्रेयी माझ्या डोळ्यांसमोरून हलत नव्हती...

त्यानंतर सुमारे दोन वर्षांनी मैत्रेयीचा फोन आला. अगदी अचानकपणे. ती मुंबईला आली होती. 'कुमठाकरांनी तुमच्यासाठी एक पार्सल दिलंय, ते घेऊन जाता येईल का,' असं तिनं गोड आवाजात विचारलं. नम्रपणे म्हणाली, ''मी स्वत:च घेऊन आले असते; पण तुम्हाला कल्पना असेलच; मी जॉयला बरोबर आणलंय. त्यामुळं फारशी घराबाहेर पडू शकत नाही!''

ठरवल्याप्रमाणे मी मैत्रेयीच्या माहेरी गेलो. मैत्रेयी नेहमीप्रमाणेच खूप आनंदात गप्पा मारीत होती. जॉयविषयीदेखील खूप उत्साहानं बोलत होती. म्हणाली- ''भाऊ, तुम्ही याला दोन वर्षांपूर्वी पाहिलं होतं, नाही? पण या दोन वर्षांत बरीच प्रगती आहे याची! आता चक्क बोलायला लागलाय, गुलाम! मा-म म्हणतो मला – आणि यांना डा! चालतो पण आता थोडं थोडं!''

मी तिच्या चमकणाऱ्या डोळ्यांकडेच पाहत होतो. तिच्या एरवीच्या

आनंदी चेहऱ्यावर, जॉयविषयी बोलताना जशा काही हर्षाच्या लाटांवर लाटा येत होत्या....

मी तिथून निघण्यापूर्वी ती मला म्हणाली- "मॅक्स म्हणत होता की, आपल्याला दुसरं मूल हवं इतर चार मुलांसारखं. पण मी म्हटलं, 'नको.' मग मला त्या मुलाचं करता करता जॉयकडे बघायला पुरेसा वेळच मिळणार नाही! खरं की नाही... आणि हवंय कशाला दुसरं कुणी? जॉय सुधारतोच आहे हळूहळू! म्हणजे तो इतर मुलांसारखा कधीच होणार नाही, हे मला माहितेय! पण तुम्हाला एक गंमत सांगू भाऊ, इतर मुलं हळूहळू मोठी होतात- त्यांच्या त्यांच्या जगात रमून जातात.. आईवडिलांपासून दूर जातात... तसं आमच्याकडे कधीच होणार नाही!... जॉय कधीच मोठा होणार नाही... माझ्यापासून कधीच दूर जाणार नाही! ...वय वाढलं, तरी तो कायम आपल्या आईचं बाळ राहील! इतरांना आपल्या मुलांच्या बाळपणीच्या आठवणी काढत राहावं लागतं... माझं तसं कधीच होणार नाही! माझं बाळ कायम बाळच राहील!"

आणखी एखादंच वर्षं गेलं असेल. कुमठाकरबाई मुंबईला आल्या होत्या. मी त्यांच्याकडे मैत्रेयीची चौकशी केली.

"सुटली बिचारी!" त्या उसासून म्हणाल्या. "फार काढलं हो तिनं त्या मुलाचं. पण गेल्याच महिन्यात एकदम फिटस्‌चं प्रमाण फार वाढलं आणि जॉय गेला. गेला तसा अचानक! पण त्याच्यासारख्या मुलाचं काय- पाच-सहा वर्षं जगला हेच पुष्कळ!"

"खरंय! ...बोलणं क्रूरपणाचं वाटतं; पण एका परीनं जॉय गेला हे बरंच झालं. आता मैत्रेयी तिचं स्वत:चं आयुष्य जगायला मोकळी होईल. कुठे नोकरी बघेल; नाहीतर तिला करायचा होता तो कॉम्प्युटर सायन्सचा कोर्स पुरा करील. आता एकदा मोकळी झाल्यानंतर तिच्या कर्तृत्वाला काय- स्काय इज द लिमिट!"

तसं पाहिलं तर मैत्रेयी माझी कोण? पण जॉय गेल्यामुळे मलाच एक दडपण बाजूला झाल्यासारखं वाटत होतं.

आणि अचानक एके दिवशी, मुंबईच्या रस्त्यामध्ये कुणीतरी ओळखीचं माणूस बाजूनं गेल्यासारखं वाटलं.

कोण, ते मेंदूनं बरोबर रजिस्टर करताक्षणी मी थांबलो आणि उलटा पळत सुटलो.

ती आणि तिचं बाळ । २९

माझा तर्क बरोबर होता. ती मैत्रेयीच होती. टॅक्सी शोधत होती. पण बाप रे! किती फरक पडला होता तिच्यात! केस पांढुरके झाले होते आणि चेहरा ओढल्यासारखा दिसत होता. अंगात अमेरिकन पद्धतीचा अंगाबरोबरचा ड्रेस होता, त्यामुळे ती अधिकच कृश दिसत होती. वय जसं काही दहा वर्षांनी वाढलं होतं तिचं!

"हाय मैत्रेयी! "– मी तिच्यासमोर उभा राहून म्हणालो. "ओळखलंस ना?"

"हो, भाऊ ना तुम्ही?" -ती चटकन म्हणाली. मात्र या वेळी ती नेहमीसारखं खळखळून हसली नाही.

"मला कळलं जॉयचं. आय ॲम व्हेरी सॉरी!" मी सांत्वनाच्या सुरात म्हटलं.

"रिअली? खरंच वाईट वाटलं तुम्हाला?" ती रडवेली होत म्हणाली.

"थँक्यू! थँक्यू व्हेरी मच. लोकांना काही कळत नाही हो. सगळे म्हणतात, 'सुटलीस तू!' असं कसं म्हणतात लोक? दुसरा एखादा साधा मुलगा पाच वर्षांचा होऊन गेला असता, तर त्याच्या आईला लोकांनी असं ऐकवलं असतं का? मग मलाच का? मी तर त्याच्या इतकी जवळ होते. क्षणा-क्षणाला त्याला माझी गरज लागायची! – हळूहळू मलाच त्याची गरज भासायला लागली होती म्हणा ना! आपले हात असतात, पाय असतात- तसाच तो सतत माझ्याबरोबर असायचा. त्याच्याशिवाय आता सगळं मोकळं मोकळं... रिकामं झालंय! हे रिकामपण मला खायला येतंय आजकाल!"

तिनं शिकावं, स्वत:च्या तब्येतीकडे लक्ष द्यावं. कदाचित दुसरं मूल होईल; त्याला वाढवावं आणि ते रिकामपण भरून टाकावं असं, सांगायचा धीर मला झाला नाही. जॉयला जखडली असताही ती आनंदात का असायची हे जसं मला कळत नव्हतं, तसं आता तिचं दु:ख नेमकं कशासाठी आहे, तेही मला समजत नव्हतं.

सगळं थोडंच आपल्याला समजतं? मैत्रेयीच्या आयुष्यातली पोकळी भरून काढणं काळावर सोपवावं, हेच बरं!

◆

अमेरिकेत मुळीच न शोभणारं, अगदी ब्रिटिश वाटेल असं घर. जुन्या पद्धतीचं. मोठे खांब, प्रशस्त जिना, दारं, खिडक्या रुंद-त्याच्या चौकटी शोभिवंत. सर्वत्र काळं पॉलिश लावलेलं लाकूड वापरलेलं. जाडजूड पर्शियन गालिचांनी मढवलेली जमीन आणि दालना दालनांमधून ठेवलेल्या अभिजात सुंदर वस्तू, देशोदेशीहून आलेल्या. हा पुतळा ग्रीक, ते फर्निचर जर्मन, ते काचसामान स्विस. कोपऱ्यातलं ते जुनं ग्रँडफादर क्लॉक चार पिढ्यांपासूनचं. ते फायरप्लेसवरचं पेंटिंग खुद्द रेम्ब्राँच्या हातचं. बेडरूममधल्या ग्रेटा गार्बोच्या फोटोवर तिनं आपल्या हातानं स्वाक्षरी केलेली आहे आणि लायब्ररीतल्या एका कपाटातली चार पुस्तकं खुद्द लॉरेन्स ऑलिव्हिएनं 'विथ लव्ह' सही करून प्रेझेंट दिलेली आहेत. हॉलमधलं शँडेलिअर इराणच्या शाही घराण्यानं प्रेमानं

बिल-इलेनचं घर

पाठवलेलं आहे आणि मॉर्निंग रूममधल्या त्या टी-टेबलवरचा द्राक्षांच्या घोसाचा तो अॅश ट्रे... बॉब होप कधीही आला, तर तो हक्कानं त्यातच चिरुटाची राख टाकायचा. हे सगळं वरवर दिसणारं. मुद्दाम खाली जाल, तर बेसमेंटमधली एक अख्खी भिंतच्या भिंत भरून गेलेली दिसेल. ग्राफिटीनं नव्हे- 'टु बिल विथ लव्ह' अशा प्रेमसंदेशांनी. आणि त्या संदेशांखाली सह्या- थेट नोएल कॉवर्ड, जोन क्रॉफर्डपासून ते पंडित नेहरूंपर्यंत.

टु बिल विथ लव्ह....

बिलवर खरंच या मंडळींनी प्रेम केलं. त्याचं मुख्य कारण म्हणजे बिलची त्यांच्यावर भक्ती. ती त्यानं एकट्या स्वत:पुरती ठेवली नाही- असंख्य चाहत्यांमध्ये रुजवली. नट-नटींना आणि त्यांच्या चाहत्यांना जवळ आणलं. आपल्या सीबीसीच्या- कॅनडियन ब्रॉडकास्टिंग कॉर्पोरेशनच्या- सॅटर्डे मॉर्निंग शोमधून.

बिलवर जसं त्याच्या श्रोत्यांचं आणि त्या श्रोत्यांना त्यानं भेटवलेल्या कलावंतांचं विलक्षण प्रेम आहे, तसंच पण त्याहून सहस्त्रपटींनी उत्कट असं प्रेम आहे इलेनचं– त्याच्या बायकोचं.

बिल आणि इलेन हे एक लोकविलक्षण जोडपं आहे. लोकविलक्षण म्हणण्याचं कारण असं की, अमेरिकेच्या शो बिझनेसमध्ये राहून- म्हणजे जिथं वर्षावर्षाला जोडीदार बदलले जातात अशा ठिकाणच्या- लहरी, विक्षिप्त, एककल्ली माणसांमध्ये ऊठबस करूनही या दोघांनी कधीही वेगळं होण्याचा विचार केला नाही. बिलच्या म्हणण्याप्रमाणे ते कधीच वेगळे नव्हते. आपले हातपाय जसे आपले स्वत:चे असतात, तशी ही दोघं समजायला लागल्यापासून एकमेकांची होती. कॅनडातल्या, नोव्हास्कोटिआमधल्या केप ब्रेटनमध्ये ही दोघं लहानाची मोठी झाली, एकत्रच. शाळेत गेली एकत्र. हायस्कूलमध्ये असतानाच त्यांच्या लक्षात आलं की, आपण कधीपासूनच एकमेकांच्या प्रेमात पडलेलो आहोत. या हायस्कूल स्वीट हार्ट्सनी हायस्कूल संपताच लग्न करून टाकलं आणि तेव्हापासून आतापर्यंत ती दोघं कधीच एकमेकांपासून दूर गेलेली नाहीत.

बिलला पहिल्यापासूनच लिहिण्यात, मुलाखती घेण्यात आणि टॉक-शोज देण्यात मजा वाटायची. पण त्याचं पद्धतशीर शिक्षण असं त्यानं कुठेच घेतलं नाही. कसलाही पूर्वानुभव नसताना तो, नशीब काढायचं म्हणून बरीच माणसं इथं येतात, तसा टोरँटोला आला. नशिबानं वाटलं त्याहून अधिकच साथ दिली आणि सीबीसीमध्ये त्याला नोकरी मिळून गेली. दोन-पाच वर्षांतच त्यानं स्वत:चा सॅटर्डे मॉर्निंग शो रेडिओवर सुरू केला. टेलिव्हिजन तेव्हा यायचा होता आणि रेडिओचं स्वामित्व हिरावून घेतलं जायचं होतं. अशा या काळात बिलचा कार्यक्रम विलक्षण लोकप्रिय झाला. वेगवेगळ्या व्यवसायांतल्या मंडळींच्या मुलाखती त्यानं घडवून आणल्या. पण अर्थातच श्रोत्यांना खरा रस असायचा तो सिनेतारे-तारकांच्याच मुलाखतींमध्ये. हळूहळू बिलचा शो म्हणजे चित्रताऱ्यांचा शो समजला जाऊ लागला आणि रंगभूमीवर काम करणारे नट-नटी, चित्रपटात नुकतंच पदार्पण करणारे उगवते तारे, बिलच्या शोमध्ये आपल्याला कधी आमंत्रण येतं, याची वाट पाहायला लागले.

ओबडधोबड, खडबडीत, जवळजवळ कुरूपच म्हणावा अशा

चेहऱ्याचा धिप्पाड, प्रेमळ आणि वाणीनं रसाळ बिल नुसता या मंडळींच्या मुलाखतीच घेऊन थांबला नाही, तर त्यातल्या बहुतेकांशी त्याची मैत्रीदेखील झाली. किंबहुना बिलशी कधी कुणाची नुसती ओळख होतच नसे. एकदम व्हायची ती मैत्रीच! त्यामुळे बिल आणि इलेनकडे सिनेमावाल्यांची वर्दळ वाढली. 'सॅटर्डे शो' लोकप्रिय झाल्यापासून प्रसिद्धी आणि पैसा यांना तोटा नव्हताच. मग त्यापाठोपाठ विलास का येऊ नये? हळूहळू बिल अन् इलेनचं हे घर शनिवारच्या रात्रभर चालणाऱ्या दारूपार्ट्यांनी दुमदुमायला लागलं... कुणीही सिनेमावाला रात्री कितीही वाजता येऊन पार्टीमध्ये सामील व्हायचा... कुणी धिंगाणा घालायचा... कुणी भांडायचा... कुणी उलट्या करायचा... पण पार्टी चालूच राहायची....

होता-होता रात्रभरच्या पार्ट्यांना शनिवारची गरज उरली नाही... कुणीही एखादी बर्बन नाहीतर स्कॉच घेऊन यायचा... चार फोन जायचे. पाहता-पाहता गुळाच्या खड्याचा पत्ता लागलेल्या मुंग्यांसारखं घर भरायला लागायचं... आणि मग सकाळी सर्वत्र पडलेल्या बाटल्या, वस्तू (कधीकधी एखाद-दुसरं माणूसही यातच). फुटलेल्या तुटलेल्या काचा आणि जड झालेली डोकी....

इलेन बिलपेक्षा अधिक दमदार, खंबीर; पण मद्याच्या मोहातून तीही सुटली नाही. घरातल्या या रोजच्या पार्ट्या कशा थांबवाव्यात, ते तिला कळत नव्हतं. किंबहुना संध्याकाळ झाली की, ती स्वतःच मद्यपान सुरू होण्याची नकळत वाट पाहू लागे...

इलेन दिसायला देखणी. रूपानं म्हटलं तर ती बिलशी अगदीच विजोड! पण दोघं मनानं इतकी एकरूप होती की, बिलचे गुण आणि बिलचे दोषसुद्धा इलेननं कळत नकळत अविलंब आत्मसात केले होते. बिलइतकीच ती सिनेमावाल्यांत रमायला लागली होती... त्याच्यासारखीच पिऊन तर्र व्हायला लागली होती... आणि अर्धी सकाळ उलटून गेल्यावर कधीतरी उठून जड डोक्यावरचा उतारा म्हणून एखादं चेजर, नाहीतर टॅब्लेट्स् घेत होती...

शुक्रवारच्या पार्ट्या फारच महाग पडायच्या. बिलला सकाळी लवकर उठून लाइव्ह टॉक शोसाठी जावं लागायचं. कधी बिछान्यातूनच उठवत नसायचं, तर कधी तयारी पुरी नसायची. कधी जीभ जड

झाल्यासारखं वाटायचं, तर कधी भोवतीची खोली सावकाश फिरायला लागायची.

बिलची वर्षानुवर्षं जमवलेली लोकप्रियता एकदम कमी होणं शक्य नव्हतं. त्यामुळे त्याचे शोज अजूनही गाजत होते. पैसा, प्रसिद्धी यांना वाण नव्हती. तरीही आतून कुजबुज सुरू झाली होती. बिलचं वाढतं व्यसन सीबीसीच्या टॉप बॉसेसपासून फार काळ लपून राहण्यासारखं नव्हतं...

बिलला हे कळत नव्हतं असं नाही; पण दार बाहेरून लागलेल्या सापळ्यात अडकल्यासारखं झालं होतं. इलेन त्याला त्यातून ओढून बाहेर काढू शकत नव्हती, कारण ती स्वत:च त्याच्याबरोबर त्या सापळ्यात अडकलेली होती. बिलला भीती होती कॉर्पोरेशन कॉन्ट्रॅक्ट रिन्यू करणार नाही याची; पण इलेनला काळजी होती, झपाझप मोठ्या होऊ लागलेल्या तीन मुलांकडे आपण आपल्या व्यसनासकट लक्ष देणार कसं, याची.

सर्वांत थोरला रसेल (इलेनला अगदी एकोणिसाव्या वर्षी झालेला) आणि त्याच्याहून तीन-चार वर्षांनी लहान ब्रेटन... ते बापडे कसेतरी हायस्कूल करत होते. आई-बापाविषयी त्यांचं मत फारसं चांगलं नव्हतंच. पण निदान ते बोलत नसत. त्यामुळे कडवटपणा पुष्कळच कमी होई. पण धाकटी डॉन मेरी आईविषयीचा तिटकारा बोलून दाखवायला लागली होती. खरं म्हणजे तिच्या जन्माच्या आधीच इलेनला कळून चुकलं होतं की, आपण आई व्हायला दिवसेंदिवस नालायक ठरत आहोत. पण ती अपघातानं जन्मली...

माझं प्रेम होतं तिच्यावर! पण प्रेम असं सांगून पुरत नाही. लहान-मोठ्या गोष्टींतून दाखवावं लागतं! इलेन म्हणाली... आणि तिथं माझ्यासारखी व्यसनी आई फारच कमी पडते... ही खंत मला रात्रंदिवस जाळायची... मी बिलकडे त्यासाठी रडायची... तो माझं समाधान करण्याचा प्रयत्न करायचा... पुन्हा ती खंत आम्ही दारूच्या प्याल्यातच बुडवायचो.

एक दिवस हे सगळं अति झालं...

रविवारी रात्रभर पार्टी झाली होती... सोमवार सकाळ कशीतरी जडपणे उगवली... केव्हा उगवली हे मला कळलंही नाही... मी नशेच्या झोपेत होते. रसेल आणि ब्रेटन त्यांचं त्यांचं आवरत असावेत... आणि एकदम मला कोणीतरी गदागदा हलवून उठवतंय असा भास झाला...

मी जड झालेले डोळे उघडून पाहिलं... डॉन मेरी मला काहीतरी सांगत होती... तिची शाळेची वेळ झाली होती आणि तिला काहीतरी मदत हवी होती... पण तिचं बोलणं मला समजत नव्हतं... समजून घेणंही शक्य नव्हतं... डोक्यात घण घातल्यासारखं होत होतं... मी कुशी वळून झोपी गेले...

एकदम काचा फुटल्याच्या आवाजानं मी खडबडून जागी झाले. उठून बसले. समोरच्या आरशावर डॉन मेरीनं बाटली फेकून मारली होती. त्याच्या पाठोपाठ तिनं माझ्या हाताजवळच पडलेला ग्लास उचलला आणि तो आरशावर मारला...

"ब्लडी बिच!" – डॉन मेरी ओरडत होती. "लोळतेय डुकरासारखी. स्वत:च्या पोरांकडे लक्ष नाही. नालायक! आई व्हावं कशाला असल्या दारूड्यांनी?"

मी उठले. लटपटत्या पायानं डॉन मेरीजवळ जाण्याचा प्रयत्न केला; पण ती बेडरूमचं दार धाड्दिशी आपटून खाली गेली होती. तिचे शब्द मात्र घरभर घुमत होते. 'ब्लडी बिच... आई व्हावं कशाला असल्या दारूड्यांनी?'

त्याक्षणी मी निर्धार केला. बारजवळ गेले आणि एकेक करून सगळ्या बाटल्या टॉयलेटमध्ये रिकाम्या केल्या...

"आज तुला हे घर दिसतंय ना..." इलेन मला म्हणाली... "ते आम्ही त्या उकिरडा झालेल्या घरातून सावरलेलं. आम्ही दोघांनी निर्धारानं दारू सोडली. अल्कॉहॉलिक ॲनॅनिमसच्या मीटिंग्जना हजर राहू लागलो. पहिल्या पहिल्यांदा कठीण गेलं; पण आम्ही पीत नाहीसे झाल्यावर आमच्या पिवय्या दोस्तांनी येणं हळूहळू कमी केलं.

"रसेलनं फिजिक्समध्ये डॉक्टरेट मिळवली. ब्रेटननं स्वत:चा बिझनेस सुरू केलाय आणि हो..." इलेन हसून म्हणाली- "डॉन मेरी चांगली ॲक्ट्रेस झालीय. तिचं 'जॉनी बेलिंडा' मधलं काम पाहायला हवंस तू!"

"आणि आम्ही? – हा कॉफी पर्कोलेटर पाहिलास? रात्रंदिवस चालू असतो! दारू सोडल्यावर सुरुवातीला हात कापायचे, ते स्टेडी राहावेत म्हणून कॉफीचा कप हातात घेतला. आता तेच व्यसन लागलंय....कॉफीचं!

◆

लिंडा जॉनसन माझ्यासमोर बसली होती.

तिचं नाव लिंडा जॉनसन हे मला नुकतंच कळलं होतं. तोवर मला ती शिकागोच्या हॉस्पिटलच्या चिल्ड्रन्स वॉर्डमधली एक नर्स म्हणूनच माहीत होती.

मात्र या क्षणी तिच्या अंगावर नर्सचा युनिफॉर्म नव्हता. रंगीत पट्ट्यापट्ट्यांचा शर्ट आणि हिरवी पँट असे खूपच उजळ कपडे तिनं घातले होते. अगदी एखाद्या समर मॉर्निंगला रानात फिरायला घालावेत तसे. कारण आम्ही हॉस्पिटलच्या आवारात असलो तरी तिची ड्यूटी संपलेली होती.

लिंडा तशी मध्यमवयीनच होती. सुमारे पंचेचाळिशीची. रूपानं मध्यम, बांध्यानं काहीशी लहानखुरीच, बुटकी, पिंगट केस- पुरुषांइतके

लिंडा आणि पॉल

लहान ठेवलेले. डोळ्यांना चश्म- तोही फारसा फॅशनेबल नव्हे. काड्या खाली अन् भिंग इतकी वर, की उलटा लावलाय असा संशय यावा!

पण दिसण्यातल्या या मजेशीरपणावर मात करील, असं गांभीर्य तिच्या बोलण्यात होतं. आवाजात एक तऱ्हेचा सोशीक गोडवा होता. त्यामुळे या गांभीर्यालाही एक आनंदी डूब मिळालेली होती. अधनंमधनं हास्याचे शिडकावे होतेच!

आम्ही बोलत होतो, ते अमेरिकेतल्या स्त्रियांच्या नोकऱ्यांविषयी. मला वाटत होतं की, अमेरिकेत प्रत्येकच स्त्री इतकी स्वतंत्र आहे की, तिनं नोकरी करणं अन् स्वतःच्या पायांवर उभं राहणं, ही स्वाभाविकच गोष्ट मानली जात असणार!

"सगळीकडेच तसं नाही," लिंडा म्हणाली. "म्हणजे निदान आमच्या पिढीत तरी नाही. मी मिडवेस्टर्नर. तिथं अजून जुनीच मतं. म्हणजे डॅडनंच नोकरीला जायचं, मॉमनं घराकडे बघायचं, असं. माय जनरेशन

वॉज नॉट बॉर्न टू बी ब्रेडविनर. बायकांनी पैसा मिळवून घर चालवायचं, हे आमच्या पिढीला माहीत नव्हतं. मी नोकरी करायला लागले, ती प्रसंग पडला म्हणून!

मला धक्काच बसला. आपल्याकडे कुणी असं म्हटलं असतं तरी आजच्या दिवसात ते मला पटणं अवघड होतं. पण आपल्याकडे म्हणजे मुंबई-पुण्यासारख्या शहरात! देशाच्या इतर भागांत काय?

"कसला एवढा प्रसंग आला तुमच्यावर?" – मी सावधपणे विचारलं.

"पॉलचं प्रकरण! पॉल माझा नवरा! माझ्याहून दोनेक वर्षांनी मोठा. त्याला बघा पहिल्यापासून नोकऱ्या बदलायची सवय! एका जागी वर्षभर टिकेल तर शपथ! पण दर वेळा म्हणायचा, 'अधिक चांगल्या पगाराची नोकरी मिळालीये! मग मी तरी काय करणार?' माणसानं असं अस्थिर असू नये असं मला वाटायचं; पण तुम्ही पुरुष महत्त्वाकांक्षी असता ना!" ...आणि ती मोठ्यानं हसली. मग गंभीर झाली. म्हणाली, "हळूहळू मला संशय यायला लागला. याचं नोकरीत काही बिनसत तर नसेल? याचं काम वरिष्ठांना पसंत नसेल. याला काढून टाकत असतील; नाहीतर वादावादी होत असेल. याला काम सोडणं भाग पडत असेल."

मी काळजीत पडायची. त्याला बोलायची. कामावर न जाता घरी राहू द्यायची नाही. कामाविषयी वरचेवर विचारायची. पण तो तिरसटासारखी उत्तरं द्यायचा. 'तुला काय करायचंय,' म्हणायचा. मग बोलाचाली व्हायची. भांडणांपर्यंत जायचं.

दीदी तेव्हा टीनेजमध्ये होती. दीदी म्हंजे माझी मुलगी- डी ॲन- आम्ही तिला दीदी म्हणतो. ती चौदा-पंधरा वर्षांची. एकटीच. आणि घरात भांडणं. ती उदास व्हायची. गप्प गप्प राहायची. मला तिचीही काळजी वाटायची.

आणि एक दिवस अनर्थच ओढवला. पॉलनं आपलं सामान गोळा केलं आणि मला समजायच्या आत तो घरातनं निघून गेला.

"निघून गेला? कुठे...?"

"कुठे तेसुद्धा सांगितलं नाही त्यानं. मी आणि दीदी- आमच्यावर आकाश कोसळल्यासारखं झालं. पॉलवरच घर चालत होतं. तो गेला आणि आमच्या लक्षात आलं की, महिनाभर घर चालवण्याइतकेसुद्धा पैसे बँकेत नाहीत.

"मग आम्ही दोघी बेबी सीटिंग करायला लागलो. मी ऑफिशिअली. तिचं वय लहान, म्हणून ती अन्ऑफिशिअली. पण त्यातनं एक बरं झालं- दीदीचा घुमेपणा थोडा कमी झाला. ती थोडी हसायखेळायला लागली.

"मग मी स्वत:चीच कानउघाडणी केली. म्हटलं, हे बघ – आता तुला कुणी नाही. इतके दिवस नवऱ्याच्या जिवावर जगलीस; आता स्वत:च स्वत:चं घर उभारायला हवं. ममी-डॅडींचे दिवस वेगळे होते- तुझे वेगळे. आता नीट समजून घे. तूच घरातली कर्ती बाई. मिळवती बाई. एकटीच.

"मग माझं आयुष्याकडे पाहणंच बदललं. मी घराच्या बाहेर पडले. इतर छोटे-मोठे जॉब्ज करताकरताच नर्सिंगचं शिक्षण घेतलं. घर चालवायला लागले. हळूहळू दीदीलाही मिळवण्याच्या जबाबदारीतून मोकळं केलं. ती कॉम्प्युटरचा कोर्स करीत होती. म्हटलं, 'तिकडेच मन लाव. त्यात पुढं चांगला जॉब मिळेल.''

"पुनर्विवाहाचा विचार नाही केलात तुम्ही?''

"अंहं! घरची कामं, दीदीला वाढवणं आणि हॉस्पिटलमधली नोकरी- हे सगळं मन लावून करण्यामध्येच दिवस संपायचा. रविवारी चर्च! – संकटाच्या वेळी प्रभू आठवतो ना? माझी या दिवसांमध्ये जीजसवरची श्रद्धा दुप्पट वाढली.

"आणि एके दिवशी पॉल अचानक परत आला.''

"– परत आला?''

"हो. आला तो पूर्वीपेक्षा वाईट अवस्थेत. हरवल्यासारखा. आता तो कुठलीच नोकरी करीत नव्हता.''

"तुम्ही त्याला जाब नाही विचारलात- घर सोडून गेल्याबद्दल?''

"काय उपयोग होता विचारून? तो कशालाच उत्तरं देण्याच्या मन:स्थितीत नव्हता. त्याला पाहिलं आणि माझा सगळा कडवटपणा संपला. त्याच्यावरचा राग पळाला. मला माझी चूक समजली. मी स्वत:ला म्हटलं- 'लिंडा तू गाढव आहेस! अगं तेव्हाच तुला कळायला हवं होतं; पॉल बेजबाबदार नाही. तो आजारी आहे. त्याच्या डोक्यावर परिणाम झालाय!''

"मी त्याला जवळ घेतलं. धीर दिला. तो म्हणाला 'मी इथं राहिलो

तर तुझी हरकत नाही ना?' मी म्हटलं, 'अरे, हे तुझंच घर आहे! राहू म्हणून काय विचारतोस?' त्यावर तो म्हणाला, 'पण मी एक पैसा कमवत नाही लिंडा.' मी म्हटलं, 'ठीक आहे. मी मिळवतेय ना? पूर्वी तू मिळवायचास आणि मी घरी बसायचे, तसंच हे! त्यातनं आपण तुझ्यावर ट्रीटमेंट करू. तुला बरं वाटलं की, तू काम मिळव.''

''मी त्याला डॉक्टरकडे घेऊन गेले. लिथयम कारबोनेटवर त्याला ठेवलं. त्याला माणसांची एक प्रकारची भीती वाटायची. ती थोडी कमी झाली.''

''मग? बरे झाले का ते?''

''संपूर्ण बरा होऊच शकणार नाही तो. पण आता थोडंफार काम करू शकतो- ज्यामध्ये डोक्याला फार ताण पडणार नाही असं! तेसुद्धा का ठाऊकेय?'' लिंडा हसली.

''बायकोच्या पगारावर जगणं कमीपणाचं वाटतं म्हणून! इतकी वर्षं झाली. पण बायको घर चालवते हे त्याला अजून पटलेलं नाहीये! नाइलाज म्हणून तो ते सहन करतोय. पण मी जशी तो एकटाच कमवत असताना सुखात होते, तसा तो कधीच सुखात राहू शकणार नाही. मला वाटतं, सगळ्या जगभर असंच असतं. पुरुष स्वत: कमावल्याशिवाय सुखी होत नाही. स्त्री होऊ शकते. असं का? कोण जाणे!''

''पण मला हे समजत नाही की, तुम्ही पॉलला वेळीच सोडून का गेला नाहीत? माझ्या समजुतीप्रमाणे अमेरिकेत घटस्फोटांचं प्रमाण फार मोठं आहे. अगदी फालतू कारणांवरूनसुद्धा इथं घटस्फोट घेतले जातात म्हणे!''

''आमची मिडवेस्टर्न संस्कृती वेगळी आहे जरा.'' लिंडा म्हणाली. ''आम्ही लग्न ही कायम टिकवायची गोष्ट आहे, असं समजतो. खरं सांगू, मधली वर्षं इतकी कठीण गेली की, मी रात्रीच्या रात्री रडून घालवायची. पैशांची चणचण... अतिशय असुरक्षित वातावरण... यात जीव मुठीत धरून दिवस काढायची. त्या वेळी पुरुषाच्या आधाराची अतिशय गरज होती मला. तरीही माझ्या मनात विचारच आला आला नाही पुनर्विवाहाचा. मला वाटतं, माझं पॉलवर मनापासून प्रेम असावं. तो घर सोडून गेला तरी जिथं कुठे असेल तिथं माझा आहे, असं मला वाटायचं. म्हणूनच तो परत आल्यानंतर मी त्याला सहज स्वीकारलं-

दीदीलाही न विचारता. तिच्या मनात आपल्या बापाविषयी अढी होती; पण ती काही बोलली नाही, माझा ठाम निश्चय पाहून!

"आणखीही एक आहे, आम्हाला पहिल्यापासून शिकवण- घटस्फोट म्हणजे काहीतरी भयंकर आहे, अशीच! मी गरोदर होते त्या वेळेपर्यंत इथं, शिकागोमध्येसुद्धा बऱ्याच कुटुंबांमध्ये तसंच समजायचे. तुम्ही म्हणाल, अमेरिकेत उठल्याबसल्या घटस्फोट घेतात. काही-काही माणसांच्या बाबतीत ते खरंच असतं. त्यांच्या मनाची तयारी असते आपल्या जोडीदाराला सोडायची. कधीपासून? थेट लग्नापासून! म्हंजे माणसं जॉब घेताना जसं म्हणतात ना, की अधिक चांगला जॉब मिळाला तर हा सोडू, तसंच त्यांनी ठरवलेलं असतं. अधिक चांगला जोडीदार मिळाला तर हा सोडायचा! अशांना, कितीही जोडीदार बदलले तरी सुख मिळतंच असं नाही!"

लिंडा हसली. मग म्हणाली, "तुम्हाला माझी मतं अगदी जुनाट वाटत असतील, नाही! खरं सांगू? मला ज्या प्रसंगातून जावं लागलं त्या प्रसंगात सापडलेल्या दुसऱ्या एखादीला मी आपलं आयुष्य असं कष्टांत घालवावं, असं सांगणार नाही. मीच तिला सल्ला देईन- घटस्फोट घेऊन दुसरं लग्न करण्याचा! पण माझ्या मनात त्या वेळेस ते आलं नाही, एवढं खरं! मला वाटतं, या बाबतीत काही नियम नाही. तुमचं एकमेकांवर किती प्रेम आहे यावरच ते अवलंबून आहे! प्रेमासाठी आपण आयुष्य फुकट घालवण्याचा मूर्खपणा करायचा की नाही, हे त्या प्रेमानंच ठरवायचं!"

◆

सिस्टर कॅरन शिकागोच्या मॅटर्निटी हॉस्पिटलमध्ये काम करते. तिचं आडनाव प्रसूटी. म्हणजे प्रसूतीच्या जवळ जाणारं. ती स्वत:ही प्रसूतीच्या जवळच चाललीये. इतके दिवस तिला मूल होत नव्हतं. या वंध्यत्वावर तिनं सात-आठ वर्षं उपचार केले. गोळ्यांचा मारा अतिरेकी झाला, म्हणून म्हणे, आता तिला दुसऱ्या टोकाचा अतिप्रसूतीचा त्रास होणारेय. तिळं होणारेय तिला, असं पूर्वपरीक्षेत आढळलंय. खरं खोटं कोण जाणे!

कॅरन वयानं फार मोठी नाही. नुकतीच तिची तिशी उलटली. दिसण्यात तर ती अधिकच तरुण वाटते! कारण चमकते बदामी डोळे, सोनेरी केस, नीटस नाक- डोळे आणि हसतमुख चेहरा. या सगळ्याच्या जोडीला सतत च्युइंगगम चघळण्याची सवय!

सिस्टर कॅरन

ती मला म्हणाली, ''तू माझी मुलाखत कशासाठी घेणारेस? मी जगावेगळं काहीच केलेलं नाही. एक सर्वसामान्य अमेरिकन महिला आहे मी!''

''मला सर्वसाधारण अमेरिकन महिलेचीच माहिती हवीये,'' मी म्हटलं. ''प्रकाशातल्या व्यक्तींची माहिती काय, कुठंही छापून येते!''

''पण सर्वसामान्य महिलाच हवी तर ती अमेरिकन कशाला?'' कॅरननं हसतहसत विचारलं. ''तुमच्याकडच्या महिलाही आमच्यासारख्याच असतील की!''

''असा माझाही अंदाज आहे,'' मी म्हटलं. ''तो पक्का करण्यासाठीच तुझी मुलाखत हवीये!''

'बरं बाबा!' अशा शरणागतीच्या पवित्र्यात कॅरन स्वत:ची माहिती देऊ लागली.

''कॅथॉलिक हायस्कूलमध्ये शिकत असल्यापासूनच मला नर्स व्हायचं

होतं. चार वर्षांचा प्रोग्रॅम होता तो. पण मी चांगली पहिल्या वर्गात पास होणारी विद्यार्थिनी असूनही शिक्षक सल्ला द्यायचे की, तू दोन वर्षांचा कोर्सच कर. का तर उद्या लग्न केलं की शिक्षण सोडायचंच आहे! आई-वडील मात्र माझ्या बाजूचे होते. त्यांनी मला शिकायला प्रोत्साहन दिलं. अजूनसुद्धा मी मास्टरची डिग्री मिळवण्यासाठी अभ्यास करतेय. शिवाय हॉस्पिटलमध्येही एज्युकेशन कन्टिन्युएशन प्रोग्रॅममधून इतर नर्सेसना शिक्षण चालू ठेवायला मदत करतेय.''

''पण नंतर- एकदा नर्सिंग सुरू केल्यानंतर काय अनुभव आला?'' मी विचारलं.

''मुळात समाजात स्त्रीला दुय्यम स्थान आहे.'' कॅरन म्हणाली. ''तेच नोकरीतही. जॉब्सचा पॅटर्नच बघ ना! इथं बायका सेक्रेटरी असतात, कारकुनी करतात; पण कुठल्याही कंपनीच्या ॲडमिनिस्ट्रेशनमध्ये ज्या वरच्या अधिकाराच्या जागा असतात, त्या कधीच स्त्रियांना मिळत नाहीत. नर्सिंगकडेसुद्धा दुय्यम व्यवसाय म्हणून पाहिलं जातं. पुरुष कुठं येतात नर्सिंगकडे? येतात- अगदी नाही असं नाही. आमच्याकडे प्रशिक्षणाच्या वर्गात दहा पुरुष होते; पण त्यांना सगळ्यांना आमच्या प्रशिक्षणाच्या ॲडमिनिस्ट्रेशनमध्येच स्वारस्य होतं. पेशंट्सची शुश्रूषा करण्यात नाही.

''मी स्वत: याबद्दल वेगळा विचार करते. स्त्री म्हणून काम करूनही समाजाचा दृष्टिकोन बदलायचा, असं मी ठरवलंय. नर्सिंगचं काम पुरुषांना जमणारं नाही, ते स्त्रियाच अधिक चांगलं करू शकतात, असं पुरुषांना दाखवून दिलं पाहिजे. मी माझं काम अतिशय महत्त्वाचं मानते. आणि आहेच ते तसं! कुठल्याही डॉक्टरला एकट्याला आपल्या कामाचं श्रेय घेता येणार नाही. डॉक्टर्स आणि नर्सेस यांचं मिळून टीमवर्क असतं ते! इंटेसिव्ह केअर नर्सरी तर फार महत्त्वाची आहे!''

''असं असूनही स्त्रीचा व्यवसाय दुय्यम समजण्याकडे कल असतोच! आणि संसारात काय अनुभव येतो?''

''संसाराचा अनुभव काही वेगळा नाही. म्हणजे ते प्रेम वगैरे सगळं असतं; पण घर चालवायचं ते बाईनं! टॉम तसा चांगला माणूस आहे. टॅक्स ॲनालिस्ट आहे. सुरूखो कंपनीत अकाउंटंट आहे. कुठलीही गोष्ट तो फारशी मनाला लावून घेत नाही. माझी भांडणं होतात. मी रडते,

ओरडते; पण तो शांतच असतो. त्यामुळे प्रकरण चिघळत नाही. मात्र तो सांगितल्याशिवाय काम करीत नाही. पहिल्या पहिल्यानं मला त्याला काम सांगायचं जिवावर येई; पण मग तो कशाला हातच लावत नसे. त्याची मॉम सगळी कामं करायची- त्याच्या वाटचीसुद्धा! त्याला घरात इकडची काडी तिकडे करावी लागत नसे. त्यामुळे सवयच नव्हती ना कामाची! पण मी ती लावली हळूहळू. आता बिनदिक्कत सांगते काम! तीही सांगितलं की करतो, अर्थात सांगितलं तेवढंच!

"तुम्हा पुरुषांना मला वाटतं कधीच घरातलं काम स्वत:चं वाटत नाही. माझी आई इतकी मरमर मरायची! भलतीच ग्रेट होती ती! – मी तिला सुपरमदर म्हणते. ही बाई दिवसातून सहा तास बाहेरचं काम करायची आणि त्यानंतर घरातलं एकूण एक काम! मी आणि माझी बहीण- आम्ही चिल्लर कामं करायचो. कधीकधी लॉन मेइंग किंवा घर रंगवणं, यांसारखी मोठी कामंसुद्धा करायचो. तर ती आम्हालाही करू नका, म्हणायची; मग डॅडींना तर काय! त्यांना कशाला बोट लावावं लागत नसे. बायको असणं, हे बायकांना पूर्ण वेळेचं काम वाटतं. नवरे मात्र नेहमी पार्टटाइम नवरे असतात. बायको बाहेर काम करीत असली- आणि पन्नास टक्के बायका तर आताशा नोकऱ्या करतातच- तरीही पुरुषांच्या हे लक्षातच येत नाही की, घरकामाचं ओझं आपण तिच्या एकटीवर लादतो आहोत!

"मी शिकत असताना वॉर्डमधलं काम तर करायचीच! (मला मधल्या दिवशी रजा असायची!) शिवाय आठवड्यातनं दोन दिवस फिनिशिंग स्कूल असायचं. तेव्हा टॉमदेखील मास्टर्स डिग्रीसाठी शिकत होता. पण त्याचं अभ्यासात फारसं लक्ष नसायचं. घरच्या कामातही! जोक्स करण्यात, हसण्यात मात्र तो पुढे! (अर्थात, त्याच्या विनोदबुद्धीवर मी पहिल्यापासून खूश आहेच!)

"नंतर त्याला बरेच दिवस नोकरी नव्हती. मला होती. पण एक मात्र खरं- त्याचा पुरुषी मत्सर काही जागा झाला नाही. नाहीतर त्याच्याच एका मित्रानं बायकोला या मत्सरापायी जन्मात नोकरी करू दिली नाही!

"त्या मानानं माझा स्वभाव चांगलाच मत्सरी आहे. टॉमला जॉब मिळाला आणि तो त्याच्या नोकरीत पुढं जायला लागला. स्वाभाविकच

पार्ट्याबिट्र्याचं प्रमाण वाढलं. मी इतरांची एकेक हकिगत ऐकते आणि घाबरून जाते. टॉमची काही अफेअर सुरू होणार नाहीत ना, अशी काळजी मला नेहमीच लागलेली असते. खरंतर मत्सर कशातून येतो- असुरक्षित वाटण्यातून! मला त्याच्याबद्दल का असुरक्षित वाटावं? आमचा संसार तसा सुखाचा आहे. पण वाटतं खरं! त्याला का नाही वाटू? मीही इतक्या डॉक्टरांच्यात मिसळते- त्यांतले काही जुनेजाणते डॉक्टर सोडा- पण आमच्या इन्स्ट्रक्शन डिपार्टमेंटमध्ये तरुण डॉक्टर्सनाही काही तोटा नाहीये; पण टॉम कधीच जेलस होत नाही!

"तसा आमचा संसार चांगला चाललाय- तक्रारीला फारशी जागा नाही! पण मुलं झाल्यानंतर कदाचित प्रॉब्लेम्स तयार होतील! एका वयाची तीन मुलं मी कशी वाढवणारेय कोण जाणे! खरं म्हणजे मुलं पाच वर्षांची होईपर्यंत सगळं लक्ष त्यांच्याचकडे द्यावं, अशा मताची मी आहे. पण आता बाळंतपणानंतर आठ आठवड्यांत मला कामावर परत यावं लागेल!"

"मग काय करणारेयस?" मी विचारलं. "मुलं मोठी होईपर्यंत काम सोडणार?"

"अंहं! जॉब तर मला सोडायचा नाहीये! शिवाय काम करण्यात मला आनंदही वाटतो. पाहू या; मी काहीतरी मार्ग काढीन. पार्टटाइम जॉब घेईन. म्हणजे आमच्याइकडेच– पण इन्स्ट्रक्टरचा वगैरे. पैसे निम्मे मिळतील, आणि मुलांचा खर्च तर वाढलेला असेल! पण काय करणार? कसंतरी चालवू! मुलं जरा मोठी झाली की, बेबी सीटरकडे ठेवता येतील! मग फुलटाइम काम करता येईल मला याच हॉस्पिटलमध्ये! बहुतेक बायका मॅटर्निटी लीव्ह संपली की, कामावर यायला लागतात, त्या पैशांच्याच विचारानं! तसं नसतं तर मुलं निदान दोन वर्षांची होईपर्यंत तरी बाई कामावर आली नसती!"

सिस्टर कॅरनचं बोलणं ऐकताना माझी अमेरिकन नोकरदार गृहिणीविषयीची कल्पना हळूहळू बदलत होती. किंबहुना माझ्या कल्पनेतल्या टिपिकल स्वतंत्र, नव्या विचारांनी भारलेल्या अमेरिकन स्त्रीचं चित्र पुसलंच जात होतं. कारण कॅरनच्या सगळ्या समस्या आपल्याकडच्या मध्यमवर्गीय, नोकरी करून महिन्याचं बजेट जमवणाऱ्या स्त्रीच्याच होत्या! आणि तिच्या बोलण्यातून डोकावणारा टॉमचा चेहराही आपल्याच

कुणातरी माधवचा नाही तर अरविंदचा होता!

फरक मात्र एकच होता, आणि तो अस्सल अमेरिकन होता. तिचं आपल्या कामावर विलक्षण प्रेम होतं. अगदी शिकत असल्यापासून ते या घटकेपर्यंत, नव्हे यानंतर त्या जिवावरच्या तिळ्या बाळंतपणानंतरही तिचं आपल्या नोकरीवर नव्हे, व्यवसायावर नव्हे, परिचारिकाधर्मावर प्रेम असणार होतं. पैशांसाठी नोकरी करणाऱ्या आपल्या किती महिला, (किंवा किती पुरुष) आपल्या व्यवसायावर इतकं प्रेम करतात?

अमेरिकेत मात्र सर्वत्र ही प्रवृत्ती पाहायला मिळते. वेटर किंवा गॅरेज मेकॅनिक यांच्यापासून ते प्रेसिडेंटपर्यंत, प्रत्येकाला आपलं काम महत्त्वाचं आहे, आणि ते करणारे आपण महत्त्वाचे आहोत, असं वाटतं. कशाहीसाठी त्या कामाशी तडजोड करायची नाही, यात त्याला आत्मसन्मान वाटतो. अशा नागरिकांमुळेच तो देश स्वाभिमानी, काहीसा अहंकारीदेखील झाला आहे. केवळ ट्रकच्या पाठीमागे आपल्या महानतेची ग्वाही देऊन नव्हे!

सिस्टर कॅरन तिच्या विश्वात गुंग आहे. स्त्रीमुक्तीविषयी तिनं फारसं ऐकलेलं नाही. स्त्रीमुक्तीशी आपला काही संबंध आहे, असंही तिला वाटत नाही. आयुष्यापासून तिच्या फार मोठ्या अपेक्षा नाहीत. तिला फक्त आपल्या जोडीदाराशी सुखानं संसार करायचा आहे, मुलं मायेनं वाढवायची आहेत आणि हॉस्पिटलमध्ये रुग्णांची सेवा नेकीनं करायची आहे! स्त्री म्हणून आपण मुक्त असावं, असा काही खास विचार तिनं केला नाही! पण व्यक्ती म्हणून आपण प्रामाणिकपणानं जगावं, असा मात्र तिचा जरूर इरादा आहे!

◆

परवा सकाळी एक अजब वल्ली आमच्या घरी आली. गृहस्थ अमेरिकन होता. पंथानं ज्युइश. सुमारे चाळिशीचा; पण पोरसवदा वाटणारा (दाढी-मिशा असूनही.)- बहुधा चेहऱ्यावरील सततच्या हास्यामुळे. तसा तो टिपिकल अमेरिकन वाटत नव्हता. केस आणि दाढी-मिशा दोन्ही काळ्या (दाढी थोडी पिकलेली), म्हणून असेल. उंचीनं मध्यम, बांध्यानं मध्यम असा तो, कुठल्याही देशात शोभला असता.

अंगात टी-शर्ट, जीन. वागायला भरपूर मोकळा. अध्येमध्ये गोंधळणारा, आपण गोंधळलोय, याचीही गंमत वाटून घेणारा. माणूस बुद्धिमान आणि रंगभूमीचं कार्य करणारा. पण आपल्याकडच्या बुद्धिमान रंगकर्मींची जी एक पोज असते की, आपण शब्दांची बिलकूल उधळमाधळ करत नाही; अधूनमधून पॉजेस घेऊन विचारपूर्वकच काय ते बोलतो-

छोटे आणि मोठे

तात्पर्य, आपण थोर अशी, असं काहीही त्याच्या एकूण वागण्यात नव्हतं. त्याला भारतात येऊन अवघा एक आठवडा झाला होता. पण हव्यासानं तो इथलं खाणं, इथल्या सवयी, इथली भाषा आत्मसात करीत होता. किती वर्षांपूर्वी तुम्ही नाट्य विद्यालयात होता, असं विचारल्यावर 'पंद्रह' असं म्हणून त्यानं मला धक्का दिला. 'हां', 'बास' असं तर तो अचूक जागी म्हणतच होता, पण 'नही' अगदी स्पष्टपणानं आणि ठासून म्हणायला तो शिकला होता.

या गृहस्थाचं नाव लू फर्मन. मी खोलात शिरत विचारलं नाही; पण तो स्वखर्चानंच इथली रंगभूमी पाहायला भारतात आला असावा. बोरिवलीला एका दाक्षिणात्य कुटुंबात तो उतरला आहे. तिथल्या गृहिणीचा भाऊ हा त्याचा अमेरिकेतला मित्र. सध्या या कुटुंबातलं कुणी ना कुणी त्याच्याबरोबर सोबत जातं. पण त्यानंतर मुंबईबाहेर एकटं फिरून साधारण तीन महिन्यांत भारतीय रंगभूमीची माहिती मिळवायचं

त्यानं ठरवलंय. ज्यांच्याशी भेटीगाठी झाल्या, त्यांचं बोलणं तो रेकॉर्ड करून ठेवतोय, त्यांची छायाचित्रं घेतोय. हे सगळं साहित्य जमलं की, ते जागच्या जागी लावून त्याच्यातून भारतीय रंगभूमीचा चेहरामोहरा अजमावण्याचं काम, तो अमेरिकेला परतल्यानंतर आणखी सहा महिने लावून करणारेय. ''या प्रचंड 'जिग सॉ पझल'चे तुकडे जागच्या जागी पडेपर्यंत मी गोंधळलेलाच असणारेय.'' तो हसत म्हणाला. हत्ती आणि आंधळे, या गोष्टींसारखं आहे ते.

त्याच्याबरोबर आलेल्या दाक्षिणात्य बाई सुसंस्कृत होत्या. बोलक्या होत्या. रंगभूमीविषयी त्यांना स्वारस्य होतं. त्यामुळे आम्हा चौघांच्या गप्पा चांगल्या रंगल्या. गंमत म्हणजे हौशी किंवा व्यावसायिक नाटकांविषयी त्याला काही बोलायचंच नव्हतं. अमेरिकेतल्या अति तांत्रिक झालेल्या नाटकांना कंटाळून त्यानं साध्या, सहज, पथनाट्यावर आणि बालरंगभूमीवर आपलं लक्ष केंद्रित केलं होतं. बालनाट्याचा उपयोग व्यक्तिमत्त्वविकासाकडे किंवा समस्याग्रस्त मुलांवर उपचार (थेरपी) म्हणून करण्याचं काम तो वॉशिंग्टन स्टेट युनिव्हर्सिटीच्या, स्कूल ऑफ म्युझिक अँड थिएटर आर्ट्समध्ये करतो. एका परीनं तो शिक्षक आहे. पण मुलांसाठी तो स्वत: नाटकं लिहितो आणि बसवतोदेखील. ''माझं ट्रेनिंग झालंय ते काही दिग्दर्शक म्हणून नाही!'' तो म्हणाला. ''पण दिग्दर्शक जेव्हा माझं नाटक फारच वाईट बसवायला लागला, तेव्हा त्याला बाजूला केलं आणि मी स्वत: दिग्दर्शन करू लागलो. अशा रीतीनं मी दिग्दर्शक झालो.''

''तुम्ही कशा तऱ्हेची नाटकं मुलांसाठी करता?'' त्यानं मला विचारलं.

मी सांगितलं, ''अलीकडे करमणुकीची साधनं एवढं वाढली आहेत की, बालनाट्य पाहायला, ना मुलांना वेळ, ना पालकांना ती दाखवायला सवड! शाळा या बाबतीत उदासीन आणि वर्ग वाढवणं आणि त्यासाठी देणग्या जमा करणं, यात गुंतलेल्या! तेव्हा बालनाट्यात नवे प्रयोग केले तरी त्याची दखल कोण घेणार? सध्या वेगवेगळे विषय हाताळले जाताहेत- नाही असं नाही. पण याआधीही आम्ही चौकट ऐतिहासिक असो, पौराणिक असो की, काल्पनिक परीकथेची, तिच्यातून मुलांना आधुनिक दृष्टी देण्याचा प्रयत्न करीत आलो!''

''ही तुमची नाटकं तुम्ही कुठल्या मुलांसाठी करता?''

"हायस्कूलच्या." मी म्हटलं. "म्हणजे आठ ते चौदा या वयाच्या."

"आमचं हायस्कूल जरा मोठ्या मुलांचं असतं," तो म्हणाला. "म्हणजे दहा ते अठरा वगैरे. त्यानुसार आमचे विषय असतात."

"म्हणजे तुम्ही परीकथा करतच नसाल!"

"करतो ना! आमच्याकडे बालरंगभूमी फार जोरात असते. टीव्ही आता जुना झालाय, त्यामुळे त्याचा प्रभाव ओसरून प्रेक्षक पुन्हा रंगभूमीकडे ओढला जातोय. बालरंगभूमी चालवणाऱ्या अनेक संस्था आहेत. त्या स्थानिक प्रयोग आणि दौरे यांच्यामुळे. नुसतं सुटीतच नाही, तर वर्षभर मुलांसाठी नाट्यप्रयोग चालू ठेवू शकतात. शाळा त्यांना आपल्या गावी बोलावतात किंवा मोठ्या संख्येनं बालप्रेक्षक पाठवतात. एकेक नाटक एकेका थिएटरमध्ये दिवसेंदिवस मुक्काम ठेवून असतं. त्यामुळे नेपथ्य, प्रकाश योजना इत्यादी फार तपशीलवार आणि वेळ घेऊन करता येतात. काही काही संस्थांची स्वतःच्या मालकीची नाट्यगृहं आहेत आणि त्यांची वर्षाची आर्थिक उलाढाल काही दशलक्ष डॉलर्सच्या घरात असते!"

"तांत्रिक साहाय्य भरपूर आहे म्हटल्यानंतर तुमच्या रंगभूमीवर विज्ञानकथांवर आधारित नाटकं होतच असतील!"

लू विचारात पडला.

"व्हायला हवीत; पण होत नाहीत. खरं म्हणजे आता तुम्ही म्हणेपर्यंत हा मुद्दा माझ्या लक्षातच आला नव्हता. आमच्याकडे विज्ञानकथांवर चित्रपट आणि टीव्ही सिरीज असतात. स्टार ट्रेक इतकं पॉप्युलर आहे की, त्याच्या फॅन्सचे- ट्रेकीजचे क्लब आहेत. स्टार ट्रेकचे पुढचे भागही आता टेलिव्हिजनवर येताहेत. पण नाटकं मात्र नाहीतच फारशी!"

"मग कुठल्या विषयावर असतात तुमची नाटकं?"

"फेरीटेल्स असतातच. पण मला स्वतःला नाही जमत फेरीटेल्स लिहिणं. आमच्याकडे विच् (चेटकी) फार पॉप्युलर असते. नाना प्रकार असतात या विचेसचे. पण मी ज्युइश असल्यामुळे आमच्याकडचं सुपरनॅचरल दैवत (नोम) घेऊन लिहायचा प्रयत्न केला. हा रक्षणकर्ता असतो, अशी समजूत! मग मी ठरवलं की त्याचा नेमका वेश कसा असेल याचा घोळ घालत न बसता त्याला मॉडर्नच करायचं. आता मॉडर्न रक्षणकर्ता कोणासारखा

असावा, म्हणून मी आजूबाजूला पाहिलं तर मला माझे एक आजोबा आठवले. त्यांनी त्यांची एक नात अल्कोहोलिक झाली होती, तिला वाचवलं. तर हे सगळं माझ्या परीकथेत यायला लागलं. ते आजोबा न् ती अल्कोहोलिक नात! – म्हणजे ते मोठ्यांचंच नाटक व्हायला लागलं. छे! मला काही परीकथा जमत नाहीत!''

''मग कुठल्या विषयावर लिहिलीत तुम्ही नाटकं?''

''डिव्होर्स!'' (मी उडालोच!) – मला मुलांना सांगायचं होतं की, तुम्ही स्वत:कडे कमीपणा घेऊ नका. तुमचे आईवडील वेगळे झाले, यात तुमचा काही दोष नाही. आणि तरीदेखील तुम्हाला त्यांच्यापैकी एकाचा विरह सोसावा लागणारच! त्याला तुमचा काही इलाज नाही.''

बाप रे! आई-वडिलांच्या घटस्फोटावर मुलांचं नाटक! –मला कल्पनाच करवेना. (आणि कल्पनाच करायची, तर आपल्याकडेही ते कधीतरी येऊ शकेल!)

''पण असं नाटक पाहताना बालप्रेक्षकांना दु:ख नाही का व्हायचं?'' –लूच्या सोबत आलेल्या बाईंनी विचारलं.

''होईलच. माझा स्वत:चा डिव्होर्स झालेला आहे. त्या जखमा अजून ताज्या आहेत. माझ्या लिखाणातून त्या मुलांपर्यंत पोहोचणारच.''

''मग तुमच्या स्वत:च्या मुलांना हे नाटक कसं वाटलं?''

''त्यांना आवडलं; पण माझ्यापासून वेगळं झालेल्या माझ्या बायकोला ते तितकंसं आवडलं नाही. तिचं म्हणणं, यात माझी बाजू जरा जास्त आलीये. खरं म्हणजे माझा प्रयत्न होता की, दोघांनाही सारखाच न्याय मिळावा. निदान असं तरी दिसू नये की, या आईचं मुलांवर प्रेम नव्हतंच, म्हणून ती त्यांना सोडून गेली. प्रथम माझ्या असं डोक्यात होतं की स्त्री आणि पुरुष– दोघांच्याही अडचणी! पण याच्या तिला आणि तिच्या याला अशा द्यायच्या! पण तसं तर काही जमलं नाही. मी लिहीत गेलो. दिग्दर्शक म्हणाला की, तुझी बाजू जरा जास्त येतेय. मग मी पुन: पुन्हा लिहून काढलं. तरी नाहीच जमलं ते!''

''प्रेक्षकांतल्या मुलांना कसं वाटलं हे नाटक?''

''त्यांना विशेष नाही आवडलं. याचं कारण त्यात या समस्येवर कसलाच उपाय सांगितलेला नव्हता. नुसती समस्याच मांडली होती. नीट टापटीप शेवट नसलेलं नाटक मुलांना नाही आवडत! दुसरं एक

नाटक मी लिहिलं होतं, ते मृत्यूविषयी. तुमच्या इकडच्यासारखं आमच्याकडे मृत्यूविषयी मोकळेपणानं बोलत नाहीत. ही पास्ड अवे, ही वेन्ट टू स्लीप, वेन्ट समव्हेअर एल्स, असं काहीतरी फसवं म्हणतात. फ्युनरललाही मुलं हजर नसतात. पेटीत घातलं की माणूस नजरेआड! म्हणून या नाटकात मृत्यूविषयी स्पष्ट बोलण्याला महत्त्व होतं. ती मरणाला भिणाऱ्या म्हाताऱ्या अस्वलाची गोष्ट होती. शेवटी ते आपला अनुभव तरुण अस्वलाला दान करतं आणि मरायला तयार होतं, असं दाखवलं होतं.''

''हे नाटक मुलांना आवडलं की नाही?''

''त्यांनी पाहिलंच कुठं? मरणाविषयी मुलांकडे बोलायचं नाही, म्हणून ते मुलांना दाखवणं पालकांना अवघड वाटलं. काहींनी आधी स्क्रिप्टची मागणी केली. ते स्वत: नाटक बघायला आले. डोळ्यांत पाणी आणून त्यांनी ते पाहिलं; पण मुलांना नाही पाहू दिलं.''

''तरीदेखील मुलांसमोर तुम्ही बरेच प्रौढ विषय ठेवता, म्हणायला हवं!''

''हो. आमची एक लेखिका आहे सुझान झेडर म्हणून! तिनं सामाजिक प्रश्नांविषयी चांगली बालनाट्यं लिहिलीयेत. आमच्याकडे मुलं खूप लवकर प्रौढ होतात.''

''असं जर असेल-'' मी थोडं खट्याळपणे विचारलं- ''तर तुमचे प्रौढ प्रेक्षक मुलांच्या विषयांवरचे चित्रपट का पाहतात? ईटी, ब्यूटी अँड दि बीस्ट, अल्लादीन या चक्क परीकथा आणि होम अलोन, ज्युरॅसिक पार्क हे साहसपट पोरांच्याच विषयावरचे – पण आज ते अमेरिकेत उत्पन्नाचे रेकॉर्ड्स मोडताहेत! हाऊ डू यू एक्सप्लेन दॅट?''

माझा मुद्दा मनोमन पटल्यासारखा तोही अगदी खळखळून हसला.

''असंच म्हणू या...'' तो म्हणाला की, आमची मुलं प्रौढ होताहेत! –आणि प्रौढ पोरकट होताहेत!

◆

कल्पना करा, आपण एखाद्या सरकारी ऑफिसात गेलो आहोत! तिथल्या कारकुनानं हसतमुखानं आपलं स्वागत केलं. पाहिजे ती माहिती चटकन काढून दिली, एखादा विनोद केला आणि 'पुन्हा कधी येणार?' असं विचारून आपल्याला निरोप दिला, तर आपल्याला किती धक्का बसेल?

समजा, फर्निचरच्या दुकानातल्या माणसानं आपण खूप कामात आहोत, असं न दाखवता आपल्याकडे लगेच लक्ष दिलं किंवा आपण आपल्याबरोबरच्या मित्राशी जरी हसून बोललो, तरी काय पोरकट आहेत हे लोक, असा भाव मुद्रेवर न आणता आपल्या विनोदाला दाद दिली, तर आपल्याला किती आश्चर्य वाटेल?

नाटक-चित्रपटगृहातल्या डोअरकीपरनं किंवा बसकंडक्टरनं, हे

लव्ह यू – ॲनी

रिकामटेकडे लोक आपापल्या घरी स्वस्थ बसायचं सोडून इथं गर्दी करायला कशाला आलेत, अशा भावनेनं कपाळावर आठ्या घातल्या नाहीत; उलट, 'एक मिनिट हं –' असं म्हणत आपल्याला हसतमुखानं थांबवून मगच दुसऱ्या गिऱ्हाइकाची चौकशी केली, तर इकडचं जग तिकडं झाल्यासारखं नाही का आपल्याला वाटणार?

कारण आपण धरूनच चालतो की, या सर्व मंडळींना आपण भेट देतो म्हणजे त्यांच्यावर प्रचंड अत्याचार करतो. बिचाऱ्यांना कसलंच काम न करता तसाच पगार द्यावा, ते सोडून आपण त्यांना काहीबाही काम करण्याच्या संकटात लोटतो. गिऱ्हाइकांची यांत्रिकपणानं सेवा न करता, ती आपली मित्रमंडळी आहेत, असं समजल्यास या कर्मचाऱ्यांची आचारसंहिता मोडते. त्यामुळे सरसकट सर्वांनी गांभीर्याचे घट्ट मुखवटे चढवूनच जे ते काम करणं भाग असतं!... अर्थात, यामध्ये आपण अपवाद करतो काही कर्मचाऱ्यांचा. ते हसतात, गप्पा मारतात; पण

त्याबद्दल बिलांत भरमसाट पैसे वाढवतात किंवा भेसळीचा माल गळ्यात बांधतात किंवा अन्य कुठल्या तरी मार्गाने आपली फसवणूक करतात. म्हणून कुणी आपुलकीनं वागू लागला की, आपल्याला त्याचा संशय आल्याशिवाय राहत नाही; आपण थोडेसे घाबरूनच जातो. तात्पर्य, सचोटीनं वागणं आणि चांगुलपणानं वागणं, या दोन गोष्टी व्यवहारात परस्परविरोधी आहेत, अशी विक्रेत्यांची आणि गिऱ्हाइकांची दोघांचीही पक्की खातरीच असते.

म्हणून परदेशात जेव्हा माणसासारखं वागणारे कर्मचारी भेटतात, तेव्हा गहिवरून जायला होतं.

पाच-सहा वर्षांपूर्वी फ्लॉरिडाच्या बेस्ट वेस्टर्न हॉटेलमध्ये मी आठवडाभर मुक्कामाला होतो. या हॉटेलच्या रेस्तोराँमध्ये मी ब्रेकफास्ट घ्यायला नियमानं जात असे. लंच-डिनरलाही क्वचित जात असे. रेस्तोराँ चांगलं प्रशस्त आणि देखणं होतं. काळोख किंवा सामानाची गर्दी न करताही अमेरिकन इंटिरिअर डेकोरेशन हा प्रकार होऊ शकतो. त्यामुळे बरीच रोपटी, फुलं आणि आकर्षक दिवे लावून हे सदा माणसांनी भरलेलं उपाहारगृह खूप प्रसन्न ठेवलेलं होतं.

पहिल्यांदा गेलो, तेव्हा दुकानाच्या गल्ल्यावर एक पिंगट केसांची गोरी रूपवती बसलेली दिसली. समोरच तिच्या नावाची पाटी होती- जिल अँड्र्यूज. जिलच्या पाठीमागेच एक गोलाकृती स्टिकर लावलेला होता. त्यावर लिहिलं होतं : द स्मार्टेस्ट वूमन. मी जिलला विचारलं, "हे तुझं वर्णन का?" "अंहं!" ती हसून म्हणाली, "हे मी लावलेलं नाही. संध्याकाळी या काउंटरवर बसणारी जी मुलगी आहे, तिनं लावलं. तिलाच ते वर्णन लागू पडतं. मी तिच्याइतकी स्मार्ट नाही." मी म्हटलं, "या तुझ्या सांगण्यावरून तू स्मार्ट आहेस की नाही ते कळत नाही, पण प्रामाणिक आहेस एवढं कळतं." या स्तुतीबद्दल अर्थातच जिलनं माझे तोंड भरून आभार मानले.

काऊंटरजवळच एक रजिस्टर होतं. रेस्तोराँमध्ये शेवटच्या वेळी येतील, तेव्हा गिऱ्हाइकांनी तिथल्या स्टाफविषयीचं मत त्यात लिहून ठेवायचं, अशी बेस्ट वेस्टर्नची प्रथा! - मी फक्त एकाच व्यक्तीविषयी अतिशय चांगलं मत लिहून ठेवलं - ॲनीविषयी!

ॲनीही त्या रेस्तोराँमधली वेट्रेस. चाळिशीची असावी, असा माझा

अंदाज. मात्र ते नेमकं ओळखणं कठीण होतं. कारण, बहुसंख्य काळ्या लोकांप्रमाणे तीही जाडजूड, धिप्पाडच म्हणावी अशी – गर्द चॉकलेटी वर्णाची आणि निबर कातडीची होती. नाक-डोळे अर्थातच निग्रेसचे असावेत तसे– जाड ओठ, अपरं नाक, बारीक डोळे आणि कुरूपतेवर मात करणारा एक अपार स्निग्ध भाव चेहऱ्यावर. गॉल्डिलॉकच्या गोष्टींमधली गॉल्डिलॉक जंगलात राहणाऱ्या तीन अस्वलांच्या झोपडीत पोहोचते. या गोष्टीतलं आई अस्वल बहुतेक ॲनीसारखं दिसत असावं. विशेषत: ॲनी हसली की, तिचे डोळे चमकत. त्या चमकत्या डोळ्यांकडे पाहिलं की, परीकथेतल्या त्या मायाळू आणि आनंदी मा बेअरची आठवण हमखास व्हायची.

ॲनीच्या अंगात तपकिरी रंगाचा एक अजस्त्र फ्रॉक असायचा. रेस्तोराँचा तो युनिफॉर्मच असल्यामुळे रोज तसलाच फ्रॉक! फ्रॉकवर पांढरा स्वच्छ एप्रन! गळ्यात पट्ट्यानं अडकवलेला आणि कमरेच्या पट्ट्यानं पक्का बांधलेला. केस अमेरिकन पद्धतीनं कापलेले असले, तरी त्यांचा मूळचा लोकरीवजा दाट कुरळेपणा लपत नसे.

ॲनी मला पहिल्यांदा दिसली, ती घाईघाईनं टुणटुण करीत या टेबलावरून त्या टेबलावर ऑर्डर घेताना आणि सर्व्ह करताना. रेस्तोराँमध्ये वेटर्सची संख्या कमीच असायची. शिवाय पाणीवाले कटाप. कारण अमेरिकनांना पाणी प्यायला फार कमी लागतं. त्यांची तहान विविध शीतपेयांवरच भागते. (पूर्वी फक्त कोक आणि आता त्याच्या बरोबरीनं पेप्सी!) मात्र वेटर्स तुरळक असूनही गिऱ्हाइकांपैकी कुणाला आपल्या ऑर्डरसाठी कंठशोष करावा लागत नव्हता.

यथावकाश ॲनी माझ्या टेबलशी येऊन थांबली. कमरेच्या कापडी पिशवीतून पॅड-पेन्सिल काढून, "येस?" म्हणून मी दिलेली ऑर्डर लिहून घेऊ लागली. गिऱ्हाइकानं सांगितलेलं लिहिताना परत एकदा पदार्थाच्या नावाचा उच्चार करण्याची तिची पद्धत दोघांच्याही मनातला संदेह दूर करणारी होती. ॲनीचा आवाज घोगरा होता, थोडा पुरुषीच होता. उच्चार अमेरिकन काळ्यांच्या उच्चारांसारखेच समजायला कठीण! टोस्टला 'तोस्ती', पोटॅटो चिप्सना 'पतातो', असे! शिवाय ज्या त्या शब्दांची लघुरूपं करण्याची अमेरिकन पद्धत. म्हणजे ऑरेंज ज्यूसचा आधी ओजे- नंतर त्याचा लार्ज ओजे- स्मॉल ओजे वगैरे.

ऑर्डर घेताच ॲनी ''यूड लाइक सम कॉफी?'' असं विचारायची. आपण ''याह'' म्हणताच तिच्या हातात कुठूनसं एक प्रशस्त काचेचं पिचर आणि मग यायचा. पिचरमधली काळी कॉफी मगमधून सर्व्ह करायची. म्हणजे ऑर्डर केलेले पदार्थ येईपर्यंत तुम्हाला कुणाचं तोंड बघत बसायला नको. तुम्ही शांतपणे कॉफी पिऊ शकत- वाटेल तेवढी. कॉफी सर्व्ह करण्यात ॲनीला इतका उत्साह असायचा की, जसं काही वेट्रेस असण्याचं सार्थक झालं! ती स्मितहास्य काय करायची, गाणं काय गुणगुणायची, काही विचारू नका.

गिऱ्हाइकाला कॉफी दिलीये – आता त्याच्याकडे बराच वेळ बघायची गरज नाही, असं नसायचं. आपली अर्धी कॉफी पिऊन होतेय तोवर पायाच्या फलकाऱ्यानं किचनचं दार ढकलून ॲनी प्रविष्ट व्हायची. हातातले दोन-दोन, तीन-तीन प्रचंड ट्रे सांभाळीत. इतकी धिप्पाड तिची आकृती; पण त्या ट्रे सावरण्यात आणि तोल सांभाळून पायानं दार लोटण्यात जे काही मार्दवयुक्त कौशल्य दिसायचं, त्यातून तिचं बाईपण व्यक्त व्हायचं. हवेत तरंगल्यासारखी गिरकी घेऊन ती टेबलशी पोहोचायची. मग गिऱ्हाइकाशी गप्पा मारत- निदान त्याची चौकशी तरी करत, आपण आणलेले पदार्थ फॅन्टॅस्टिक आहेत याची ग्वाही देत (म्हणजे खाणाऱ्याच्या मनाचा कल आधीच ते आवडण्याकडे जायचा!) ती सराईतपणे बशा मांडायची. एकदा तिला ऑर्डर आणायला उशीर झाला, तेव्हा मी काही म्हणायच्या आत तिनंच दिलगिरी व्यक्त केली आणि वर मला विश्वासात घेत मोकळेपणानं म्हणाली, 'सॉरी, पण मध्ये मी पाच मिनिटं स्वस्थ बसून विश्रांती घेतली' – आणि डोळे मिचकावत हसून ती निघून गेली.

ॲनी रेस्तोराँमध्ये रुबाबात– एखाद्या राणीसारखी वावरायची. वेट्रेस असूनही तिच्या वागण्यात दासीभाव नसायचा. उलट यजमानीण म्हणून ती प्रत्येकाला जेवूखाऊ घालतेयसं वाटायचं. याउलट, तिचा एक सहकारी होता, तो मात्र सतत दबल्यासारखा असायचा. हाही आफ्रिकनच होता. शिसवी लाकडासारखा काळाकुट्ट होता; पण सडपातळ होता. त्याचं शरीर अतिशय रेखीव आणि प्रमाणबद्ध होतं. एखाद्या ॲथलेट्चं असावं तसं. नाक नकटं होत; पण एकूण रूप आकर्षक होतं. त्याच्या अंगावर नेहमी पांढरा शुभ्र शर्ट आणि तशीच पॅंट असायची.

ॲनीचा हा मदतनीस अतिशय चपळ आणि चलाख होता. त्याचं ॲनीकडे सतत लक्ष असे, आणि तिला मदत करणं हे त्याला स्वत:चं परमकर्तव्य वाटे. किचन काउंटरशी उभा राहून डिशेस भरून घेता घेता, ॲनीला ट्रेज सांभाळणं मुश्कील होतंय, हे लक्षात घेऊन तो कुठूनसा ट्रे स्टँड काढी आणि त्यात तिचे ट्रेज बसवून देई. पण असा तरतरीत असूनही तो काहीसा करुण वाटे. त्यानं जाणूनबुजून स्वत:कडे दुय्यम भूमिका घेतली आहे आणि त्या दुय्यमपणाची त्याला कुठेतरी बोच आहे, असं वाटायचं. कोण जाणे! कदाचित माझा हा तर्क पूर्णपणे काल्पनिकही असेल. हा गृहस्थ बोलत मात्र अजिबात नसे. निदान मी तरी त्याचा आवाज कधी ऐकला नाही. ओठाच्या कोपऱ्यातून तो मंद हसत असे, तेवढाच. ते त्याचं स्मितही आमच्यासाठी नसून ॲनीसाठीच आहे, असं वाटायचं. ॲनीच्या मानानं तो बराच तरुण दिसायचा. त्यांचं नातं काय, हे मला नीटसं कळलं नाही. मी ते त्याला किंवा ॲनीला विचारलंही नाही. ते मुलापासून प्रियकरापर्यंत काहीही असू शकलं असतं. मात्र जे काही होतं ते अतिशय उत्कट होतं खास!

सेल्फ-रिस्पेक्टच्या- आत्मसन्मानाच्या कल्पना देशोदेशी वेगवेगळ्या असतात की काय कोण जाणे! मालक पगार देतो, म्हणून मी हे काम करतोय; बाकी तुम्ही माझे कुणीही लागत नाही, असं आपल्याकडचे वेटर्स गिऱ्हाइकांना कुर्ऱ्यात जाणवून देतात. मख्ख उभे राहून ते तुम्हाला मदत नाकारतात; उलट तुम्ही काय धांदरटपणा करता, यावर लक्ष ठेवतात. टीप देणं हे तुमचं कामच आहे, असं जाणून ते तुमचे आभार मानणं अनावश्यक समजतात. उलट कमी टीप ठेवली, तर 'साब तुम्हारा पैसा रह गया!' असं उद्धटपणानं सांगतात. एकंदरीत तुम्ही मोठे असलात तर तुमच्या घरचे, इथं आम्हीही काही कमी नाही, असं दर्शवण्यात त्यांचा आत्मसन्मान असतो. अमेरिकन ॲनीचा आत्मसन्मान, तुम्ही मित्र आहात असं वाटून तुमच्याशी जिव्हाळ्याचं नातं साधण्यात होता. त्यामुळे ऑर्डरचे पदार्थ तुमच्यासमोर आणून ठेवून त्रयस्थपणे निघून न जाता ती 'एंजॉय युअर फूड' असं प्रेमानं सांगायची. टेबलवरून उठताना 'गुड डे, सर!' म्हणायची!

मी कुठल्या दिवशी 'बेस्ट वेस्टर्न' सोडणार हे ॲनीच्या पक्कं ध्यानात होतं. त्या दिवशी तिनं बिल देताना त्याच्यासोबत एक पेपर

नॅपकिन दिला. त्या नॅपकिनवर तिनं पेन्सिलनं एक गोल काढून त्यावर नाकाचा एक ठिपका, डोळ्यांचे दोन ठिपके आणि ओठांसाठी एक आडवी रेघ काढून हसरा चेहरा तयार केला होता. त्याच्या खाली लिहिलं होतं, 'लव्ह यू – ॲनी.'

तो पेपर नॅपकिन मी अजून जपून ठेवलाय. पण नसता ठेवला, तरी ॲनी आठवणीत राहिलीच असती.

◆

बिल हैसर मला भेटला, तो त्याच्या साइन बोर्ड्स रंगवण्याच्या शेडमध्ये. शेड चांगली प्रशस्त होती. तीनेक हजार चौरस फुटांची. तिथं होर्डिंग्ज, साइन बोर्ड्स वगैरेंवर मुख्यत: लेटरिंग केलं जायचं. बिल या शेडचा मालक होता. त्याच्या वयाची साठी कधीच उलटून गेलीये आणि ओपन हार्ट बायपास सर्जरीही झाली आहे, हे त्याच्याकडे पाहताना बिलकूल जाणवत नाही. जाडजूड, लालसर गोरा, गोबऱ्या गालांचा हसतमुख बिल सतत थट्टामस्करी करायचा, मजेत असायचा. लेटरिंगचं काम करणाऱ्या पंचविशीच्या आर्टिस्ट मुलीला 'माझी गर्लफ्रेंड' म्हणून लाडानं जवळ घ्यायचा.

बिल हॅसरला पाहिल्याबरोबर मला आठवण झाली, ती आजवर अनेक अमेरिकन वेस्टर्न पिक्चर्समधून पाहिलेल्या, आता पोट सुटलेलं-

बिलचा संसार

पण एके काळी देखणा असलेल्या, बारमधून पिस्तुलं उगारीत रस्त्यांत धावत येणाऱ्या शेरीफची. नंतर कळलं की, बिल खरंच एके काळी शेरीफ होता. पश्चिम शिकागोमध्ये जन्मलेला बिल महायुद्ध चालू असताना मिलिटरीतला तंत्रज्ञ म्हणून युरोपला गेला. त्यानंतर नेव्हीमधून अतिपूर्व, फिलिपाइन्स, जपान, हाँगकाँग इकडे फिरून आला. युद्ध संपल्यानंतर तो शिकागोला परतला आणि (फ्रेंच पोरींच्या आठवणी काढत काढत) गावातल्याच एका पोरीशी लग्न करून संसारात स्थायिक झाला.

आपल्याला चित्रकलेची आवड आहे, हे या सगळ्या धावपळीत कधी कसं कोण जाणे, पण त्याच्या लक्षात आलं! तशी चक्क शिकागो आर्ट इन्स्टिट्यूटमध्ये दाखल होऊन तो लेटरिंग आर्ट शिकला. पण हे सगळं हौसेदाखल ठेवून पोलीस अधिकारी म्हणून काम करू लागला आणि त्यात भराभर बढत्या मिळवत मिळवत व्हिटन या उपनगराचा

डेप्युटी शेरीफ झाला. आपण ज्याला 'ऑनेस्ट कॉप' म्हणतो तसा तो होता. अत्यंत प्रामाणिक, सीधासाधा, नेक, जीव ओतून काम करणारा. पण अमेरिकेतही सरळ स्वभावाच्या पोलीस अधिकाऱ्याला शत्रू असतातच. राजकारण, भ्रष्टाचार, लाचलुचपत तिथेही प्रामाणिक अधिकाऱ्याला आडवी जातात. शेवटी बिल कंटाळला आणि पोलीस खात्याचा राजीनामा देऊन, हॉबी म्हणून जवळ केलेल्या साइन बोर्ड्सच्या धंद्यात पडला. अंगात गुण आणि तोंडात साखर असल्यामुळे लगेच त्याचा या धंद्यात जम बसला.

हा सर्वांशी मिळूनमिसळून वागणारा आनंदी प्राणी मुलाबाळांच्या कुटुंबात सुखी असेल, असं मी धरून चाललो होतो; पण प्रत्यक्षात मात्र काही निराळंच होतं.

बिलची बायको वाईट नव्हती. अतिशय कष्टाळू होती. पण का कुणास ठाऊक, त्यांचं एकमेकांशी जमलं नाही. तशी पहिली दोन-चार वर्षं बरी गेली. लगोलग त्यांना दोन धट्टेकट्टे मुलगेही झाले. पण कुठंतरी बिनसलं आणि नंतर त्यांचं एकमेकांशी पटेनासं झालं. असं वाटायला लागलं की, दोघांमध्ये कसला म्हणून सारखेपणा नाही. त्याला लोकांत मिसळायला, भटकायला, पार्ट्यांमध्ये जायला आवडायचं; तर तिला या कशातच इंटरेस्ट नसायचा. नुसतं आपण आणि आपलं काम! तो तिला 'स्टफ्ड शर्ट' म्हणायचा. तात्पर्य, कधी काळी जर प्रेम असलंच तर आता त्याला ओहोटी लागली होती. वेगळं व्हायचा विचार दोघांच्याही मनात यायला लागला होता. पण दोघांचंही मुलांवर प्रेम होतं. मुलांसाठी म्हणून दोघांनीही एकत्र राहायचं ठरवलं.

मुलगे बारा-तेरा वर्षांचे झाले आणि एक अपघात घडला. त्यांना आणखी एक मुलगा झाला. पण या मुलाच्या जन्मानं दोघं एकत्र येण्याऐवजी अधिकच दुरावली. जेफ दोन वर्षांचा झाला तोवर तर सारं फारच विकोपाला गेलं होतं. दोघांना एकत्र राहणं अशक्य झालं होतं. घटस्फोट अटळ होता. समजूतदारपणे बिल स्वत:च घराबाहेर पडला. मुलगे आणि घर बायकोला देऊन टाकून.

संसाराचा असा कटू अनुभव येऊनसुद्धा बिल फार दिवस लग्नावाचून राहू शकला नाहीच. बेचाळिसाव्या वर्षी त्यानं दुसरं लग्न केलं, ते आपल्याहून

बरोबर निम्म्या वयाच्या मुलीशी. मार्सियाचं एकविशीच्या आतच एक लग्न झालं होतं. पण तिची मुलगी दहा महिन्यांची असताना तिचा नवरा अपघातात वारला होता. मार्सियाशी लग्न करायला कुणीही तयार झालं असतं; पण तिच्या मुलीची जबाबदारी मात्र कुणालाच नको होती. बिलनं ती घेतली. मार्सियाच्या आई-वडिलांना तिच्याशिवाय दुसरं कुणी नव्हतं. बिल घरजावई झाला आणि त्याचा जागेचा प्रश्न अनायासेच सुटला.

त्यांच्या आईकडे वाढणाऱ्या स्वतःच्या मुलांकडे बिल शक्य तेवढं लक्ष देत होताच. मुलगे आता मोठे होऊन हायस्कूलमध्ये जायला लागले होते. तिथल्या कटकटी घरात आणीत होते. त्यांना मारामाऱ्या, पोरींची लफडी, ड्रग्ज असल्या गोष्टींपासून कसं लांब ठेवावं ते बिलला कळत नव्हतं. तरीही तो आपल्याकडून होईल ते करीत होता. त्यांना कधी बेसबॉलच्या मॅचेसना ने, कधी डिनरला एखाद्या उंची हॉटेलात ने, असं करून शक्य तेवढा वेळ त्यांच्या सहवासात तो घालवायचा. मुलांची आई एका आर्ट मटिरिअल शॉपमध्ये नोकरी करायची. अजूनही करते.

धाकटा जेफ आठ-नऊ वर्षांचा झाला आणि त्याला वडिलांची उणीव फारच भासायला लागली. वडिलांपासून वेगळं झालेल्या आईवर तो मनातून खार खात असे. हळूहळू त्याचं मन घरापासून दुरावू लागलं. त्यात ज्युनिअर हायस्कूलमध्येच त्याला वाईट मुलांची संगत लागली. हळूहळू तो आईकडे वरचेवर पैसे मागून मारिजुआना घ्यायला लागला. ती घाबरून हे बिलकडे बोलला; पण त्यानं ते फारसं मनावर घेतलं नाही. जेफ सगळ्या विषयांत नापास झाला, तेव्हा मात्र प्रिन्सिपॉलनं बिलला शाळेत बोलावून घेतलं आणि बिलला जेफकडे लक्ष देणं भागच पडलं.

बिलनं जेफला समोर उभं केलं. त्यानं सगळं सरळ सांगून टाकलं. कोकेनशिवाय तो जिवंत राहू शकत नव्हता. जेमतेम सतराव्या वर्षी त्यानं स्वतःची ही हालत करून घेतली होती! बिलनं मन घट्ट करून जेफला शाळेतून काढलं आणि सरकारच्या ड्रग रिहॅबिलिटेशन इन्स्टिट्यूशनमध्ये ॲडमिट केलं. इथं एखाद्याला ठेवायचा खर्च त्यातल्या त्यात कमी येतो. निर्बंध भरपूर असतात. तिथं ठेवलेल्या मुलाला वाटेल तेव्हा उठून घरी जाता येत नाही. इथं राहण्याची किंमत पैशांत कमी

असली, तरी निर्बंधाच्या मापात अधिकच असते.

इथे ठेवूनही जेफ सुधारला नाहीच. त्याची स्वत:चीही सुधारण्याची इच्छा नसावी. तो कुठून कुठून चोरून माल मिळवायचा. नशा उतरली की, होणारा त्रास सहन न करता परत शॉट्स घ्यायचा. त्याचे इतरही दुष्परिणाम दिसायला लागले. बराच काळपर्यंत जेफमध्ये काही सुधारणा झाली नाही.

त्या मानानं थोरले दोघं सरळ निघाले. त्यांची बुद्धी यथातथाच होती. पण थोरला बापाच्या वळणावर गेला आणि चित्रकला शिकला. पुढे त्यानं स्वत:चा स्वतंत्र साइन बोर्ड पेंटिंगचा उद्योग सुरू केला, 'लेटर्स अँड लाइन्स' म्हणून!

मधला, पब्लिक वर्कस्‌मध्ये कसलं तरी साधं काम करीत राहिला. त्याचं आणि बिलचं अजिबात पटत नसे. बिल त्याचं नावदेखील घ्यायचा नाही. कोणी त्याचा विषय काढलाच, तर बोलेनासा होई.

मार्सियाशीदेखील बिलचे संबंध फारसे चांगले राहिले नाहीत. दोघांचीही कडाकडा भांडणं होत. मार्सिया कधीही मागे हटत नसे. एकसारखी बोलत राही. गप्प कधी राहतच नसे. (आम्ही तिघं एकदा जेवायला बाहेर हॉटेलमध्ये गेलो होतो, तिथं एक तास ती एकटीच व्हाइट सॉस या विषयावर बोलत होती.) बिल तिच्या बडबडीला अतिशय कंटाळलाय. ही अति वाचाळता सोडली, तर बाकी मार्सिया स्मार्ट आहे. अनेक विषयांत तिला गोडी आहे. पण दुर्दैवानं तिला रीतसर कॉलेजात जाऊन शिक्षण घेता आलं नाही, तरी अंगात चौकसपणा असल्यामुळे तिनं कार रेडिएटर शॉपमध्ये नोकरी मिळवली! कार्स आणि ट्रक्स यांची एखाद्या पुरुष मेकॅनिकच्या वरताण माहिती तिला असते.

"मला माहितेय," बिल मला म्हणाला. "तिचं माझ्यावर अतिशय प्रेम आहे. मी तिला कितीही हिडीसफिडीस केलं, तरी ती माझा पिच्छा सोडणार नाही. डिव्होर्स तर ती मला देणारच नाही! आणि मी तरी काय करू या वयात डिव्होर्स घेऊन? पण तिच्याबरोबर राहण्याचाही मला कंटाळा आलाय. काय करायचं तेच समजत नाही. कोंडीच झालीये!"

जेफ आता चोवीस वर्षांचा झालाय. इन्स्टिट्यूट फॉर रिहॅबिलिटेशनमधूनही आता त्याला काढून टाकलंय. बिलनं त्याला एल्जिन गावातल्या मेंटल इन्स्टिट्यूटमध्ये ठेवलंय. ही संस्था मोफत

आहे. पण त्यामुळेच तिथं वाटेल तसले पेशंट्स भरलेले असतात. बेघर, निराधार, वृद्ध, आजारी, कंगाल! जेफ आता त्यांच्यातच असतो. बिल त्याला कपडे, सिगारेट्स, मॅकडोनल्डचे हॅम्बर्गर्स वगैरे नेऊन देतो. आठवड्यातून एकदा त्याला भेटून येतो. त्याच्याशी बोलतो. हे बोलणं बहुधा एकतर्फीच असतं. जेफ शुद्धीत असला तर असतो. कधी वेदनांनी विव्हळत असतो. कधी अक्षरही न बोलता टक लावून पाहत बसतो. कधी गजांमधून हात घालून बिलला हिंस्रपणे ओरबाडू पाहतो, तर कधी अलीकडे बिघडलेल्या वाणीनं 'डॅड्, डॅड्' म्हणत डोळ्यांतून पाणी काढत, गजांमधूनच त्याचे मटामट मुके घेऊ पाहतो.

अशा प्रसंगी बिलचा सारा धीर खचतो. त्याचा तो एरवीचा हसतमुख माणसाचा मुखवटा फाटतो आणि त्याच्या आतला जखमी बाप उघडा पडतो. ''माझ्यामुळे झालं हे सगळं!... माझ्यामुळे!'' तो स्फुंदत म्हणतो. ''दोन वर्षांचा असताना मी त्या पोराला एकट्या आईबरोबर सोडलं... त्याला मी हवा होतो... पण मीच त्याला दूर केलं... म्हणून आज तो माणसातून–''

अमेरिकेमध्ये असे अनेक जेफ आहेत आणि अनेक बिलदेखील आहेत. कुटुंबसंस्थेपासून दूर गेलेली ही माणसं. एकटी-एकटी राहणारी ही माणसं... मुळात व्यक्तीची वाढ व्हावी, या चांगल्या हेतूनं तिला आपल्या मनाचं करू देणारी तिथली समाजव्यवस्था! तिथंही माणसं एकमेकांसाठी झुरत राहावीत... एकटेपणापायी जगातून उठावीत...

धसकन् मनात येतं. आपला समाजही याच वाटेवर चालत नाहीये का?

◆

चित्रपटात जाण्यापूर्वीचा लक्ष्मीकांत बेर्डे मला अजून आठवतो. तेव्हा तो सगळ्यांना लक्ष्या म्हणूनच माहीत होता. आता कदाचित त्याला, लोकांनी आपल्याला लक्ष्या म्हणणं आवडत नसेल; ते साहजिकही आहे. पण माझ्या लक्षात आहे तो तेव्हाचा लक्ष्याच.

लक्ष्या तेव्हाही कायम विनोदाच्याच शोधात असायचा, असं विधान पूर्णपणे बरोबर होणार नाही. लक्ष्याचं सारं लक्ष त्या वेळेस नाटकात लहान-मोठं काम मिळवण्याकडे केंद्रित झालेलं असायचं. त्या शोधातच तो साहित्य संघ आणि विशेषत: नाट्यसुमन यांच्या बिऱ्हाडी जास्तीत जास्त वेळ घालवायचा. या संस्थांमध्ये काही कायम विनोदाचं किंवा आनंदाचं वातावरण असे, असं नाही. कधी-कधी एखादं संकटही ओढवलेलं असे आणि सगळे जण त्याविषयी चिंता करीत बसलेले

अमेरिकन लक्ष्या

असत. अशा चिंताग्रस्त वातावरणात लक्ष्या नक्कीच विनोदी बोलत नसे. पण तो जे काही चाललं असेल, त्याविषयी काहीतरी तिरकस विचार सांगायचा किंवा मग यावर तो अमका-तमका असं म्हणेल, असं म्हणताना सहज त्या माणसाची फर्मास नक्कल करू जायचा. हे काही तो मुद्दाम करीत नसे; पण ती त्याची एखादा आशय व्यक्त करण्याची खास शैली होती. शब्दांचा पाठपुरावा करून त्यात विनोदी कोट्या करणं, ही त्याची बोलण्याची पद्धत होती. म्हणून त्याचं बोलणं ऐकता-पाहताना, जमलेल्यांना गंभीर प्रसंगातही हसू यायचं. कॉमेडियन हा मला वाटतं असाच असतो. आजूबाजूला घडणाऱ्या ज्या त्या गोष्टीला तो जाता-जाता स्वत:चा स्पर्श करून हास्यास्पद करून सोडतो. लक्ष्याची आठवण होऊन हे सगळं मला नव्यानं जाणवलं, ते फ्लॉरिडामध्ये सी वर्ल्ड पाहताना.

सी वर्ल्डमध्ये ठिकठिकाणी वेगवेगळे कार्यक्रम चालू होते... सगळ्यांना

सगळे पाहता येतील, अशा रीतीने प्रत्येक शोच्या वेळा ठरवलेल्या होत्या. त्यात एक व्हेल अँड डॉल्फिन शो होता. एका उघड्या स्टेडियमवजा प्रेक्षागृहात हा शो होणार होता. रंगमंच म्हणजे एक लहानसा जलतरण तलावच होता. त्यात दोन छोटे सुस्त व्हेल आणि तीन-चार उतावळे डॉल्फिन्स शो सुरू होण्याची वाट पाहत बसले होते. प्रेक्षक वर्ग हळूहळू जमत होता....

मुख्य शो सुरू व्हायला अजून अवकाश होता, पण आधीच येऊन बसलेला प्रेक्षक वर्ग कंटाळू नये, यासाठी संयोजकांनी एक क्लृप्ती लढवली होती. त्यांनी एक विनोदी नट प्रेक्षकांमध्ये सोडला होता. मुख्य कार्यक्रमात हा नव्हताच. (फक्त एकदाच त्यानं प्रेक्षकांतल्या एका तरुणीला रंगमंचावर किंवा पाण्याच्या हौदाशी नेलं!) त्याची मूर्ती लहानखुरी होती. आणि वर्ण दक्षिण अमेरिकेतला असल्यामुळे बहुधा, सावळा होता. अंतरावरून जे काय रूप कळत होतं, ते तसं देखणं होतं. त्याच्या अंगात तंग काळा बॉइलर सूट होता. तोंडाला माइम्स किंवा विदूषक लावतात, तसा पांढरा रंग लावलेला होता. या पांढऱ्या रंगभूषेमुळे आणि काळ्या वेषभूषेमुळे त्याच्याकडे पटकन लक्ष वेधलं जात होतं. काळ्या तंग कपड्यांचा हेतू एवढाच होता की, ते तसेच ठेवून त्याच्यावर एखादुसरा कपडा चढवला की, पोशाख बदलल्याचा परिणाम साधता येई. फार नाही, पण एखादा झगा किंवा एखादी आगळीवेगळी टोपी घातली तरी बस होई. पण हे वेगवेगळे कपडे तरी हा विदूषक एकामागून एक आणतो कुठून, याचं मला कुतूहल होतं. पाहिलं तर प्रवेशद्वाराशीच एका बाजूला एक मोठी संदूक ठेवलेली होती, त्यात हे पाद्र्याच्या पोशाखापासून ते अरबी झग्यापर्यंत नानाविध चित्रविचित्र कपडे ठेवलेले होते. ते वेळोवेळी अंगात घालणं, अंगातून काढणं या हालचाली विदूषक कधी करीत होता, हे कळतही नव्हतं.

या विदूषकाचा संचार मुख्यत: प्रवेशद्वाराशी होता. आत बसलेल्या प्रेक्षकांचं लक्ष हा माणूस आता कुठली नवीन गंमत करणार, इकडे लागलेलं असायचं. पण बाहेरून आत येणाऱ्या प्रेक्षकाला मात्र याच्या हजेरीची काहीच कल्पना नसल्यामुळे तो बेसावधपणे आत यायचा. विदूषकाकडे लक्ष गेलं तर तो हसायचा; पण लक्ष न देता तसाच आपल्या जागेकडे चालू लागला, तर त्याला या अनवधानाचं प्रायश्चित्त तत्काळ मिळायचं. विदूषक

त्याच्यापाठोपाठ त्याच्याच लकबीनं चालत निघायचा. जाडा माणूस म्हणजे तर त्याला पर्वणीच! आपल्या मूळ शरीराच्या चौपट आकार धारण करून डुलत डुलत तो निघायचा. आपल्या पाठीमागून कोण कसं चालतंय, हे लक्षात न आल्यामुळे, त्या नवागत प्रेक्षकाला, इतर प्रेक्षक आपल्या दिशेनं पाहून खो-खो का हसताहेत, हे कळेनासं होई. तो गोंधळून जाऊन अधिकच चमत्कारिक हालचाली करी. विदूषकाचं मग चांगलंच फावायचं. प्रेक्षकांच्याही हसण्याला उधाण यायचं. मग 'गिऱ्हाईक' जरा संशयानं मागं वळून पाहायचं. विदूषक आपल्या हालचाली थांबवायचा, चेहऱ्यावर निरागसता आणायचा आणि नव्या गिऱ्हाइकाच्या शोधात दाराशी जायचा. अर्थात, याच गृहस्थानं आपली काहीतरी टिंगल केली असणार, याविषयी आधीच्या गिऱ्हाइकाची खातरी पटलेली असायची. ते एकदा त्याच्याकडे आणि एकदा प्रेक्षकांकडे बघून मग हसण्यावारी न्यायचा....

जाड्या बायका, हा या विदूषकाचा आवडीचा विषय! एखादी हेवी वेट आत आली की, 'तो काय खात असेल बुवा ही बाई?' अशा मुद्रेनं प्रेक्षकांकडे पाहत असे. प्रेक्षक काय, हसायच्या निमित्तालाच टेकलेले असत. पण काही-काही बायका स्वत:ही विनोदबुद्धी दाखवून विदूषकाला सामील व्हायच्या. एका जाडसर मध्यमवयीन बाईनं उलट त्याला पकडलं आणि आपल्याबरोबर चालवलं. तालबद्ध उत्फुल्ल संगीत चालूच होतं. विदूषकानं लगेच या स्त्रीच्या कमरेत हात घातला आणि तिच्याबरोबर रंगमंचावरच्या जागेत नाच सुरू केला. नाचताना तिला एका हातावर सावरून आर. के. बॅनरच्या लोगोवरच्या नर्गिससारखं वाकायला लावलं. तो किंचित नाच संपला तेव्हा त्यानं तिला सोडलं; पण तिच्या जाडेपणावर शेरा म्हणून तिच्याबरोबर नाचल्यामुळे आपली कमर लचकल्याचा अभिनय करायला तो विसरला नाही. जागच्या जागी मुळी तो खालीच कोसळला. पण ती बाई त्याच्याहून सवाई निघाली. तिनं त्याच्या शेजारी बसून त्याला वारा घालून शुद्धीवर आणल्याचा अभिनय केला....

मधेच पांढरा झगा घालून विदूषक आपण अरब आहोत आणि इथलं काही म्हणजे काही आपल्याला कळत नाहीये, अशा पवित्र्यात नाट्यगृहाच्या द्वारपालांशी हुज्जत घालू लागला. तेवढ्यात एक शुभ्र वस्त्रावृत्ता नन आत शिरली. विदूषकानं लगेच आपला पांढरा झगा डोक्यावर घेतला आणि स्वत: तिची मैत्रीण असल्याप्रमाणे तिच्याशी

बोलत-बोलत तिच्या जागेपर्यंत तिला सोबत केली. तिला एकीकडे गंमत वाटत होती; पण दुसरीकडे ती संकोचून अर्धमेली झाली होती.

एवढ्यात चार-पाच पोरांची एक टोळी रंगीबेरंगी टी-शर्टस आणि लांब बर्म्युडा शॉर्ट्स घालून आत आली. विदूषक संभावितपणे त्यांच्याजवळ गेला आणि आपण त्यांना त्यांची आसनं दाखवत आहोत, अशा आविर्भावात चालत-चालत त्यांना दुसऱ्या प्रवेशद्वारापर्यंत नेऊन बाहेर सोडून आला. एक जोडपं आलं. विदूषकानं त्यातल्या नवऱ्याच्या तिकिटावरचा सीट नंबर आस्थेवाईकपणे बघून त्याला तिकडे पाठवून दिलं आणि त्याच्या बरोबरीच्या सुंदर तरुणीच्या हातात हात घालून आपली फार वर्षांची ओळख असल्याप्रमाणे तो तिला वेगळ्याच कुठल्यातरी बाजूला घेऊन गेला. या अनपेक्षित फारकतीमुळे नवरा बिचारा काळजीत पडला. पण सगळे प्रेक्षक हसत असताना त्याला आपली काळजी दाखवण्याचीही चोरी झाली.

अशा रीतीनं, आणखी कितीतरी वेळ, अगदी शो सुरू होईपर्यंत विदूषक प्रेक्षकांची करमणूक करीत राहिला. कुणा एखाद्या ऐसपैस कुटुंबातलं लहान मूल बनून त्यांच्याबरोबर चालणं, मध्येच बुटका माणूस म्हणून बसकटपणे इकडेतिकडे फिरून येणं, संगीताची नवीन धून सुरू झाली तर तिच्या तालावर नाच करणं, कधी कुणाशी तरी मोठमोठ्यानं भांडण करणं, अशा अर्धा-एक मिनिटभराच्या कितीतरी मजेशीर गोष्टी त्यानं केल्या. आम्ही आपले त्याच्या या चाळ्यांना हसत होतो; पण विचार केल्यानंतर जाणवलं की, मिनिटामिनिटागणिक आपलं रूप बदलणं, संगीताकडे लक्ष ठेवणं, समोरच्या प्रेक्षकानुरूप क्षणार्धात एखादा नवीन प्रसंग तयार करणं हे नुसतं कठीण नव्हतं, तर केवळ दैवी देणगीमुळेच त्याच्या शरीरातून आपोआप साकार होत होतं. बोलका चेहरा आणि टाइमिंगची उत्तम जाणीव, यांच्याबरोबर कल्पक डोकेबाजपणा आणि हालचालीतली चपळाई या गुणांचा इथं संयोग झालेला दिसत होता. याशिवाय प्रेक्षागृहात शिरणाऱ्या प्रत्येक प्रेक्षकाविषयी त्याचं काहीतरी तिरकस निरीक्षण होतं– (म्हणजे , 'अबब, किती मोठ्ठं कुटुंब हे!' किंवा 'माणूस भलताच टापटिपीचा आहे– नाहीतर छत्री घेऊन का कुणी सी वर्ल्डमध्ये येतं? आता ही छत्री जर लंपास केली तर त्याला किती असुरक्षित वाटेल!' किंवा 'दोन-दोन सुंदर पोरींना घेऊन

आलेयत हे राव– त्यांची चांगली जिरवायला हवी! समजतात कोण हे स्वत:ला?' इ.) आणि ते निरीक्षण तो शब्दातून नव्हे, तर आपल्या अभिनयातून प्रेक्षकांपर्यंत पोहोचवीत होता. प्रेक्षक दाद देत होते, ते त्याच्या या मूक शेऱ्यांना! त्याचं अलौकिक अभिनयचातुर्य तर त्यांनी गृहीतच धरलं होतं!

त्या विदूषकाची ती शेरेबाजी, त्याचं निरीक्षण, त्याचा तिरकसपणा, चपळाई, विविधता, ताल राखणं आणि तोल सांभाळणं, हे सारं पाहताना मला लक्ष्याची आठवण आली! एवढंच की तिथला प्रेक्षक वर्ग हा स्वत: अत्यंत उत्साही– ॲक्टिव्ह– कशातही भाग घ्यायला उत्सुक असा होता. तसा तो आपल्याकडे मिळणं कठीण! आपल्याकडे विनोदी नटानं कितीही काकुळतीनं हसवण्याचा प्रयत्न केला तरी मोकळेपणानं हसणं हे शिष्टसंमत नाही म्हणून प्रेक्षक मख्खच बसतो; मग स्वत: विनोदी प्रसंगात भाग घेणं तर दूरच राहिलं!

अर्थात, त्यांच्या लक्ष्याचं काम काही फार सोपं नव्हतं. कारण या विदूषकासारखे अनेक जण तिथं हरेक शोमधून, हॉटेल्समधून, ड्रामा स्कूल्समधून रात्रंदिवस आपली कला पेश करीत होते. त्यांचं काम पाहणारे, नवीन गुण शोधणारे आणि ते मार्गी लावणारे एजंट्सही ठिकठिकाणी हजेरी लावीत होते. तरीही प्रचंड स्पर्धेमधून एखाद्याचं भाग्य उजळणार, तो ऑफ-ब्रॉडवे करीत मुख्य रंगभूमीवर पोहोचणार, पुन्हा तशाच लक्षावधी गुणी नटांमधून चित्रपटात निवडला जाणार! त्याहून आपल्या लक्ष्याचा प्रवास कितीतरी सुकर होता!

तरीही, त्या दिवशी सी वर्ल्ड पाहताना राहून-राहून माझ्या मनात येतं होतं की, आपण या विदूषकाची सही घेऊन ठेवायला हवी! कुणी सांगावं, काही वर्षांनी तो हॉलिवूडचा एखादा मोठा स्टारही होईल. मग माझ्याकडे त्याची सही असणं अलौकिक ठरेल! असं वाटलं खरं, पण मी काही त्याची सही घ्यायला धजलो नाही! कुणी सांगावं, माझ्या भाबड्या आशावादाचीही त्यानं आपल्या तिरकस कॉमेडियन पद्धतीनं टरच उडवली असती तर–?

◆

सात वर्षांपूर्वी शिकागोमध्ये मी एक वेगळ्या प्रकारचं नाटक पाहिलं. त्याचं नाव 'शिअर नॉन्सेन्स!' की 'शिअर फन!' असं काहीतरी होतं. त्याच्या नावात 'शिअर' असा शब्द होता एवढं नक्की. कारण त्या शब्दावर कोटी होती. शिअर म्हणजे 'केवळ' एवढंच नाही तर 'शिअर' म्हणजे कातरी, असा अर्थ त्यात होता. कारण नाटक न्हाव्याच्या दुकानात घडणारं होतं.

हे नाटक मी आवर्जून पाहण्याचं महत्त्वाचं कारण असं होतं की, ते फार वेगळ्या पद्धतीनं सादर केलं जायचं. ते ज्या नाट्यगृहात केलं जायचं, ते 'कॉफी थिएटर' पद्धतीचं होतं. म्हणजे कॉफी पीत-पीत तुम्ही नाटक पाहायचं. आता कॉफी म्हणजे केवळ कॉफीच नव्हे; सँडविचेस, केक्स, हॅम्बर्गर्स असे काही-काही खाद्यपदार्थदेखील तिथं असायचे. हे

तटस्थ प्रेक्षक

खात-पीत तुम्ही समोरचं नाटक बघायचं. आपल्याकडे गुजराती नाटकाचा प्रेक्षक हा खाण्याविषयी उत्सुक असतो. आणि असं म्हणतात की, ज्या थिएटरचं कॅन्टीन चांगलं, तिथलं गुजराती नाटक अधिक चालतं. नाहीतरी गुजराती प्रेक्षक हा बायका-मुलांना घेऊन आठवड्यातून एकदा हॉटेलात जाणं आणि रविवारी सहकुटुंब सहपरिवार नाटकाला जाणं, ही एकाच प्रकारची चैन समजतो, असं मला कितीतरी गुर्जर बांधवांनी सांगितलेलं आहे. आता या दोन्ही चैनी जर एकाच ठिकाणी एकत्रित झाल्या तर या कुटुंबवत्सल गुजराती प्रेक्षकाला किती आनंद होईल बरं? त्यातूनही मध्यांतराच्या पाच-दहा मिनिटांत बटाटेवडे, सामोसे, कॅन्टीनमधल्या धुमश्चक्रीत घुसून मिळवायचे आणि तिथंच घाई-घाईनं बका-बका खायचे, याऐवजी स्वस्थपणे बसल्या जागी (नाटकाला आणि बटाटेवड्याला) दाद देत-देत नाटक पाहता आलं तर दुधात साखरच काय, पण केशर-चारोळ्या! तरीही अजून अशा खाद्यप्रिय

प्रेक्षकांसाठी या प्रकारची नाट्यगृहं आपल्याकडे नाहीत. उलट ‘खाद्यपदार्थ आत नेऊ नयेत’ अशा उद्धट पाट्या मात्र जिकडेतिकडे आहेत. मध्यंतरी नाटकाच्या तिकिटात कॉफी-सँडविचेस देण्याची टूम निघाली होती. पण मी म्हणतो तसलं कॉफी थिएटर ते खासच नव्हतं.

शिकागोमधल्या उपर्निर्दिष्ट थिएटरात अगदी खाण्यापिण्यासाठी टेबल्स जरी मांडली नव्हती तरी बाकांसारख्या सीट्सना, पुढ्यात खाद्यपदार्थ ठेवण्यासाठी लाकडी फळ्यांची सोय होती. त्यामुळे थिएटरमध्ये चारएकशे प्रेक्षकांची व्यवस्था होऊ शकत होती. अगदी एरिना थिएटर किंवा इंटिमेट थिएटरइतकी बसण्याची व्यवस्था सैल नव्हती, तरी फक्त सीट्स असलेल्या नेहमीच्या नाट्यगृहातला बंदिस्तपणाही तिथं नव्हता, एवढं नक्क! (यावरून मनात येतंय, छबिलदासनं खालच्या गल्लीतल्या बटाटेवडेवाल्यांना वर मुक्त प्रवेश दिला, तर प्रेक्षकांच्या संख्येत वाढ होईल का?) रंगमंच मात्र प्रोसिनियम पद्धतीचाच – म्हणजे नाटक आणि प्रेक्षक यांच्यात अंतर ठेवणारा होता. तरीही मी पाहिलेल्या नाटकानं ते अंतर साफ नाहीसं करून टाकलेलं होतं. कसं ते सांगतो :

नाटक होतं, बरीचशी हसत-खेळत मांडलेली एक खुनाची रहस्यकथा. एका सलूनमध्ये पुरुषांचे केस कापणं, दाढी करणं असे प्रकार चालले असताना (अमेरिकेत हे खूप महागडं असल्यामुळे पुरुष ते प्रकार घरच्या घरीच करतात. क्वचितच सलूनमध्ये जातात.) एकामागून एक, अशी काही पात्रं येतात. गिऱ्हाइकं, त्यांना शोधत आलेल्या त्यांच्या मित्र-मैत्रिणी, कारागीर, नोकर असे बरेच पुरुष-बायका. मध्येच त्यातलं प्रत्येक जण काही ना काही निमित्तानं दुकानाच्या बाहेर जातं. परत येतं. गप्पा, काम चालूच राहतं. अखेर एक जण त्याच इमारतीच्या दुसऱ्या मजल्यावर जातो. तसाच धावतपळत परत येतो. म्हणतो, वरच्या बिऱ्हाडात एक खून पडलाय. त्या इसमाच्या पाठीत कातरी खुपसलेली आहे!

रीतसर पोलिसांना फोन जातो. एक जाडजूड पोलीस अधिकारी आपल्या मदतनीसासकट तिथं हजर असलेल्या प्रत्येकाची चौकशी करू लागतो. फार हुशारीनं चौकशी करतो आणि खुनी कोण हे शोधून काढतो. तो दुकानातून केव्हा वरच्या मजल्यावर गेला, हत्यार कसं नेलं, त्याचा खूनामागे हेतू काय, हे सगळं सगळं रीतसर समजावून देतो.

पण एवढ्यानं रंगमंचावरच्या सगळ्या संबंधितांचं समाधान होत

नाही. ते म्हणतात, कदाचित – कदाचित दुसराही कुणी खुनी असू शकेल! कारण बऱ्याच जणांना संधी होती – खुनासाठी कारणही होतं. यावर पोलीस अधिकारी हडेलहप्पी करत नाही. तो म्हणतो, आपण प्रेक्षकांनाच विचारूया. विचारतो. बरेच प्रेक्षक सांगतात की, तुमच्या निर्णयानं आमचं काही समाधान झालेलं नाही. तेव्हा अधिकारी म्हणतो, ठीक आहे. आपण पुन्हा एकदा ही चौकशी करू. पण तुम्ही प्रेक्षकांनी झाला प्रकार नीट पाहिलाच आहे, तेव्हा जबाब देताना कोणी खोटं बोलतंय का, काही उलटसुलट सांगतंय का, इकडे लक्ष ठेवा. काही शंका असल्या तर त्याही फेडून घ्या. जो गुन्हेगार असेल, तो त्याच्या विसंगत विधानांमधून उघडा पडेलच!

मग प्रेक्षक अगदी बारकाईनं चौकशीवर लक्ष ठेवतात. आपण जे पाहिलं, ते पुन:पुन्हा मनात घोळवू लागतात आणि जागोजागी विसंगती दाखवून देऊ लागतात. बोलणारा सावरतो, आपलं म्हणणं वेगळ्या रितीनं सांगू लागतो. प्रेक्षक पुन्हा नवीन चुका दाखवतात. एक पात्र म्हणतं, मी अमक्या वेळी घरीच होतो. प्रेक्षक त्याचा फोन नंबर विचारतात. अधिकाऱ्याला त्याच्या घरी फोन करायला लावतात.

जवळ-जवळ सगळे प्रेक्षक या खेळात भाग घेतात. वृद्ध स्त्रिया, (तिथं कोणी वृद्ध नसतं – ज्येष्ठ नागरिक असतं.) थरथरणारे पुरुष, टिंगलटवाळी करणारे तरुण, लाडिक बोलणाऱ्या मुली सगळे-सगळे. मी हे बघून चकित झालो. आपल्याकडे, काही विचारा, असं सभेत म्हटलं, की नीरव शांतता पसरते. सगळे एकमेकांकडे टकमक पाहत राहतात, दुसरा विचारील या आशेनं. आपल्यावर जबाबदारी नको या भावनेनं. आणि इथं प्रत्येक जण जणू नाटकातलं पात्र झाला होता. समोरचे कॉफी-सँडविचेस, हॅम्बर्गर विसरून खुनी शोधणं हा जणू आपल्याच जीवनमरणाचा प्रश्न आहे, अशा हिरिरीनं त्या चौकशीत भाग घेत होता.

मध्येच कधीतरी त्या पोलीस अधिकाऱ्यानं पंधरा मिनिटांचं मध्यांतर जाहीर केलं. मात्र न विसरता सांगितलं की, बाहेरच्या लॉबीतच मी उभा आहे. तुम्हाला नवीन मुद्दा सुचला, तर जरूर सांगायला या. त्यानंतर तो खरंच मध्यांतरभर बाहेर उभा होता. पोलीस अधिकारी म्हणून लोक त्याच्याशी या खुनाविषयी चर्चा करीत होते, तशीच त्याची वैयक्तिक

चौकशीही करीत होते. त्याची म्हणजे त्या नटाची नव्हे– किंवा या नाटकाचे किती प्रयोग झाले, किती दौरे झाले, त्याला नाइट किती मिळते, अशीही नव्हे. तो खराखुरा पोलीस अधिकारी असल्यासारखे प्रश्न. पूर्वी तो कुठल्या पोलीस ठाण्यावर होता, त्याची ड्यूटी किती वेळ असते, वेड्यावाकड्या वेळी घरी गेल्यास त्याची बायको रागावते की नाही, वगैरे ते विचारीत होते. तो नटही अस्सल पोलीस अधिकारी म्हणूनच आपलं (काल्पनिक) चरित्र हसतखेळत गप्पा मारत सांगत होता. (दशावतारातल्या प्रमुख नटाला असाच आपण करीत असलेल्या भूमिकेचा सगळा इतिहास-भूगोल माहीत असतो!)

मध्यांतर संपलं आणि पुन्हा चौकशी सुरू झाली. काही वेळानंतर पोलीस अधिकारी प्रेक्षकांना म्हणाला, आता मला सगळ्याची नीट कल्पना आली. तुम्हाला जे म्हणायचंय त्या प्रत्येक तपशीलाची मी बारकाईनं नोंद केलेली आहे. आता पुन्हा एकदा विचार करून मी निर्णयापर्यंत येऊ शकेन. तुम्ही अधिक तसदी घेऊ नका.

प्रेक्षागृहात एकदम शांतता पसरते. नाटक मग नाटकासारखं होऊ लागतं. इतका वेळ प्रेक्षकांशी बोलणारी पात्रं आता एकमेकांमध्ये संवाद करू लागतात. बराच वेळ उत्कंठावर्धक घडामोडी होत राहतात आणि शेवटी खरा खुनी सापडतो. पोलीस त्याला ताब्यात घेतात.

दर प्रयोगात, प्रेक्षकांनी केलेल्या निरीक्षणांप्रमाणे वेगवेगळे लोक खुनी ठरतात. किंबहुना या वेळी काय निर्णय लागेल, हे पाहण्याच्या औत्सुक्यापोटी लोक पुन: पुन्हा हे नाटक पाहतात. असे या नाटकाचे शेकडो प्रयोग झाले. सबंध अमेरिकाभर हे नाटक फिरून आलं.

नाटक पाहून कौतुक वाटलं, ते त्याच्या मूळ रचनाकाराचं, संवाद आयत्या वेळी हजरजबाबीपणे (आणि तरीही शिस्तीनं) बदलून म्हणू शकणाऱ्या नटमंडळींचं, संपूर्ण प्रयोग आणि प्रेक्षकवर्ग आपल्या हुकमतीखाली ठेवणाऱ्या पोलीस अधिकाऱ्याची भूमिका करणाऱ्या त्या प्रमुख नटाचं. पण याहीपेक्षा अधिक आश्चर्यमिश्रित कौतुक वाटलं, ते प्रेक्षकवर्गाचं. आपला तटस्थपणा योग्य वेळी सोडून देऊन, चाललेलं नाटक हे खऱ्याखुऱ्या जीवनाचं चित्र आहे, असं मानून त्यात स्वत:ला झोकून देणाऱ्या सानथोरांचं. कुणी आपल्याला हसेल, आपलं बोलणं फारसं महत्त्वाचं नाही, आपण बोललो नाही, तर काय होणार आहे?

असे हजार प्रकारचे न्यूनगंड त्यांच्या मनात नव्हते. त्यांचा स्वत:वर प्रचंड विश्वास होता. आणि स्वत:वर विश्वास असल्यामुळेच नाटकावर आणि ते सादर करणाऱ्या नटांवरदेखील त्यांचा विश्वास होता.

आपल्याकडे याच्या बरोबर उलट चित्र दिसतं. चार लोकांत बोलायची हिंमत नसलेला माणूस, दुसरा बोलेल म्हणून वाट पाहणारा माणूस, नाटकवाल्यांना खोटं ठरवण्यात मात्र आपली सारी बुद्धी पणाला लावतो. स्वत:वर विश्वास नसल्यामुळे नाटकावर ठायी-ठायी अविश्वास दाखवतो. या नाटकाची कल्पना नाटककारानं कशावरून घेतली असेल, या नाटकाचा निर्माता किती पैसे मिळवत असेल, हे जे बदल करायचे ते त्यांनी आधीच ठरवले असतील, प्रेक्षकात आपली माणसं बसवली असतील, नाटक रहस्यकथा आहे म्हणजे त्याला वाङ्मयीन दर्जा आहे की नाही, हे नाटक पाहिल्याचं सांगितल्यावर आपल्या ऑफिसमधले लोक काय म्हणतील, अशा सहस्र शंकांचे डंख त्याला होत असतात. मग तो नाटकाचं निरीक्षण कितपत बारकाईनं करणार आणि त्यातल्या शंका कितपत मोकळेपणाने सांगणार? परिणामी आपल्याकडे असं नाटक केल्यास प्रेक्षकांकडून प्रतिसाद शून्य मिळेल. (प्रतिसाद देणं कमीपणाचं, पोरकटपणाचं, आपल्या सामाजिक दर्जाला, वयाला, प्रतिष्ठेला न शोभणारं अशी आणखी एक बुद्धिनिष्ठ प्रतिक्रिया!) पोलीस अधिकारी प्रेक्षकांना जीव तोडून सांगतोय की तुम्ही काय पाहिलंत ते सांगा – पण प्रेक्षागृहात सन्नाटा. मध्येच एखाद्याची कुजकट कॉमेन्ट – तिला मात्र प्रचंड प्रतिसाद. इतका वेळ तयार झालेल्या तणावातून सुटका. हशा. – असंच आपल्याकडे होईल!

हे सारं आज अचानक आठवलं, वर्तमानपत्र वाचताना. वाटलं, आपण सगळे एका प्रचंड नाटकाचे प्रेक्षक आहोत. मुकाट बसून, त्रयस्थपणे, नाटक पाहणारे लोक खुशाल भ्रष्टाचार करताहेत, आपली खुर्ची टिकवण्यासाठी लाच देताहेत, तशीच घेताहेत. गुंडांना हाताशी धरून न्यायाला पायाखाली चिरडताहेत, चौकशीचं नाटक करताहेत, समित्या तयार करताहेत, कोर्टात खोटं बोलताहेत, खोटं बोलणाऱ्यांची बाजू वकील हिरिरीनं लढताहेत, खून पडताहेत, खुनी शोधण्याचा प्रयत्न करणाऱ्या पोलिसांच्या बदल्या होताहेत... आणखी खूप काहीतरी घडतंय.

पण आपण अमेरिकेतले प्रेक्षक नाही. आपण काही बोलत नाही. आपण शंका विचारीत नाही. राजकारणी भ्रष्टाचार करणारच, कस्टम्स लाच घेणारच, पोलीस गुंडांशी हातमिळवणी करणारच, गुंड सज्जनांचा छळ करणारच, हे सगळं आपण गृहीत धरून चालतो. लोकशाहीला निवडणुका हव्यात, निवडणुकांना पैसा हवा, पैशासाठी सगळी पापं हवीत, हे सगळं आपण मान्यच करतो. लोकशाहीत लोकांनी काही करायला हवं, असं आपण मानत नाही. तात्त्विक चर्चेपेक्षा अधिक काही करावं, असं बुद्धिवादी मानत नाहीत. त्याहून अधिक काही करणं हा आततायीपणा होईल, असं त्यांना वाटतं. एकटीदुकटी मेधा पाटकर राजकारण्यांना प्रश्न विचारायला उभी राहिली, तर तोही त्यांना माथेफिरूपणाच वाटतो.

रंगमंचावरचा खेळ असाच विनाशाच्या दिशेनं चालू राहतो. तटस्थ सोशिक भारतीय प्रेक्षक तो मुकाट्यानं पाहत राहतो.

◆

सध्याचं युग हे जाहिरातीचं युग आहे, अशी आपण चालू युगाची जाहिरात करतो. असं जरी असलं, तरी चांगल्या जाहिरातींचं युग अजून यायचंच आहे. वृत्तपत्रातल्या काही जाहिराती प्रशस्त आकाराच्या असतात आणि पुन:पुन्हा डोक्यावर आदळत राहतात, म्हणून त्या प्रभावी म्हणायच्या. पण एखादी कासव छाप सोडली, तर कुणीही चांगल्या (म्हणजे वेगळ्या, चमकदार, बुद्धिमान आणि परिणामकारक) मजकुरावर भर देताना दिसत नाही. मराठी जाहिरातींचा मजकूर तर कित्येकदा, आपल्याला मराठी येतं, असा गाढ गैरसमज असलेल्या (बहुधा कंपनीच्या चाकरीतल्या) कुणा अमराठी माणसाने लिहिलेला, अत्यंत अशुद्ध असा असतो. इंग्रजी जाहिरातीमधलं कॉपी रायटिंग हे प्रत्यक्षात इंग्रजी जाहिरातींचं 'कॉपी' केलेलंच रायटिंग असल्यामुळे जरा बरं असतं. पण त्यामुळेच

जाहिरातवाला

त्याचा आपल्या संस्कृतीशी काही संबंध नसतो. मग ती नाजूक भागाशी (जीवनाच्या) संबंधित ॲडम असो की बायकी सैतानाची ओनिडा असो! एवढंच म्हणायचं की, जाहिराती चांगल्या असाव्यात, या विषयीची जाणीव वाढते आहे आणि अगदीच 'त्वरा करा! त्वरा करा! आजच खरेदी करा : वैद्य शृंगराज यांचे माक्याचे तेल : सेल एजंट : अमुक-तमुक अँड कं. आमची कोठेही शाखा नाही.' यापेक्षा जरा बऱ्या जाहिराती आजकाल वृत्तपत्रात दिसतात.

अमेरिकेतली पाचव्या क्रमांकाची (आणि सबंध जगात सहाव्या) जाहिरातसंस्था ओगिल्व्ही अँड मॅथर हिचा सर्वेसर्वा डेव्हिड ओगिल्व्ही यानं जाहिरातीविषयी म्हटलं होतं– नुसता माहितीचा साठा उपयोगाचा काय? तो दुसऱ्यापर्यंत पोहोचवता आला पाहिजे. आणि त्यासाठी चांगलं लिहिता आलं पाहिजे. तसंच, जाहिरात ही अत्यंत प्रामाणिक हवी. स्वत:च्या बायका-मुलांपासून लपवावीशी वाटेल अशी जाहिरात

कुणी करूच नये.

डेव्हिड ओगिल्व्ही या जाहिरातवाल्यानं त्या प्रांतात शिरण्याआधी अनेक धंदे केले. ऑक्सफर्ड युनिव्हर्सिटीचा नाद मधेच सोडला, पॅरिसच्या हॉटेलात वाढप्याचं काम केलं, इंग्लंडमध्ये स्टोव्ह विकायचा प्रयत्न केला, पेन्सिलव्हानियामध्ये तंबाखूची शेती करून पाहिली, आणि ब्रिटनमध्ये गुप्तपोलिशीही केली. एवढं सगळं करून, त्यानं एकोणपन्नास साली, वयाच्या सदतिसाव्या वर्षी जाहिरातसंस्था काढली, तेव्हा या सगळ्या अनुभवाचा त्याला भरपूर फायदा झाला. विक्रेता म्हणून लोकांना काय हवं त्याची समज, शेतीमधली चिकाटी, गुप्तपोलिसाचा चाणाक्षपणा, शिवाय काटेकोरपणा आणि सर्वांत महत्त्वाची गोष्टी कल्पकता, या साऱ्या गुणांमुळे तो आणि त्याची कंपनी नावाजली जाऊ लागली. पंचाहत्तर साली डेव्हिड सेवानिवृत्त झाला, तरीही संस्थेच्या डायरेक्टरपदी कायम राहिला. त्याचं 'कन्फेशन्स ऑफ ॲन ॲडव्हर्टायझिंग मॅन' – 'जाहिरातवाल्याचे कबुलीजबाब' हे पुस्तक त्रेसष्ट साली प्रसिद्ध झालं असलं, तरी ते अजून जाहिरातधंद्याचं बायबल समजलं जातं.

हाताखालच्या तरुण अधिकाऱ्यांसाठी डेव्हिड मजेशीर, मार्मिक आणि उपयुक्त असे फतवे काढायचा. त्यातला एक असा : काय विक्षिप्तपणा करायचा तो तरुणपणीच करून घ्या. उतारवयात केलात, तर लोक म्हणतील म्हातारचळ लागलाय!

स्टाफसाठी असाच एक मेमो : पेपर क्लिप (यू-पिन) ही एक अत्यंत घातक गोष्ट आहे. नको ते कागद ती जमा करते आणि पाहिजेत ते एखादेवेळी सोडून देते. असल्या पिनांचा वापर करण्यापायी कित्येक ऑफिसांमधून मौल्यवान कागद गहाळ झालेत. तरी तिचा वापर अगदी आवश्यक असेल, तरच करावा. त्यापेक्षा स्टेपलर वापरणं कधीही उत्तम!

एके दिवशी एका बोर्ड मीटिंगमध्ये डेव्हिडनं प्रत्येक डायरेक्टरच्या टेबलावर मुठीएवढ्या आकाराची एकेक रशियन लाकडी बाहुली ठेवली. सगळे स्थानापन्न झाल्यावर त्यांना सांगितलं– हे तुम्ही आहात, असं समजा. आता उघडा ती बाहुली!

प्रत्येकानं बाहुली उघडली. आत तिच्याहून लहान आणखी एक बाहुली होती. ती उघडली, तर तिच्या आत आणखी एक बाहुली.

तिच्या आत एक, तिच्या आत आणखी एक, असं करता करता शेवटची, बोटाच्या एका पेराएवढी बाहुली सापडली. तीदेखील उघडली, तर आत एक चिठ्ठी होती : लक्षात ठेवा. हाताखालचा माणूस आपल्याहून कमी योग्यतेचा निवडाल, तर कंपनी कीडामुंगीची होईल. अधिक योग्यतेचा घेतलात, तरच कंपनी अखेर बलिष्ट होईल! (आपल्याकडच्या संस्थांनी, चित्रपट व्यवसायानं इ.इ. याचा विचार करून पाहण्यासारखा आहे. नाहीतर होतं काय की, निर्माता आपलं ऐकणारा दिग्दर्शक घेतो, दिग्दर्शक घेतो त्याच्या ताब्यातला लेखक आणि शेवटी...!)

स्वत: डेव्हिड ओगिल्व्ही आपल्या जाहिरात संस्थेत माणसं नेमताना त्यांच्या हुशारी बरोबरच त्यांची नम्रता, विनयशीलपणा याचा विचार करीत असे. प्रामाणिकपणावर त्याचा विशेष भर होता. शब्दातला प्रामाणिकपणा, गिऱ्हाइकांशी प्रामाणिक असणं, मालाचा पुरवठा करणाऱ्यांशी प्रामाणिकपणा आणि शेवटी कंपनीशी प्रामाणिक राहणं, हे सर्वच त्याच्या दृष्टीनं फार महत्त्वाचं होतं.

आपल्या मॅनेजमेंट स्टाफकरिता, चांगल्या कॉपी राइटिंगचे महत्त्व सांगण्यासाठी त्यानं ब्याऐंशी साली मेमो लिहिला होता : तुम्ही जितकं चांगलं लिहू शकाल, तितके ओगिल्व्ही अँड मॅथरमध्ये अधिक वर चढाल. ज्यांचे विचार स्वच्छ असतात, त्यांचं लिखाण स्वच्छ असतं. चांगलं लिहिता येणं ही काही दैवी देणगी नाही. ती प्रयत्नपूर्वक शिकून घेण्याची गोष्ट आहे!

ओगिल्व्ही सेंटर फॉर रिसर्च ॲन्ड डेव्हलपमेंटनं एकदा जाहिरातीविषयी एक नियमित पत्रक-न्यूजलेटर प्रसिद्ध करण्याची कल्पना काढली. त्यावर ओगिल्व्हीनं कळवलं : तुम्हाला संशोधन करायला नेमलंय. पत्रकं काढायला नाही. आइनस्टाइन काय 'संशोधनाची ताजी हालहवाल' असलं पत्रक चालवीत बसला होता?

एक्याऐंशी साली अमेरिकन एक्स्प्रेसच्या एक्झिक्युटिव्हज्‌समोर बोलताना डेव्हिडनं जपानी लोक धंद्यात अमेरिकनांना का मागं टाकतात याचं रहस्य सांगितलं. त्याचं म्हणणं, आपल्याला जमत नसलेल्या चार गोष्टी जपान्यांना जमतात. एक, आपल्या कर्मचाऱ्यांमध्ये त्यांना अधिक स्वारस्य असतं. सगळ्या गोष्टी ते माणसाच्या मापानंच मोजतात. दुसरं, त्यांच्याकडे वकिलांची संख्या कमी असते. प्रत्येक दहा हजार माणसांना

एक वकील हे त्यांच्याकडचं प्रमाण. अमेरिकेत दहा हजारांच्या मागं वीस वकील असतात. तिसरं, जपानी कंपन्या बुद्धिमान माणसांना पासष्टीला सेवानिवृत्त करीत नाहीत. (आपल्याकडेही नाहीत. आपल्याकडे साठीच्या आतच करतात.) चौथं, नजीकच्या फायद्याऐवजी लांबच्या लाभावर त्यांची नजर असते.

स्वत:मध्ये कुठले दोष आहेत. हे डेव्हिडनं मार्मिकपणानं सांगितलंय. (अर्थात जाहिरातवाला असल्यामुळे तो दोष सांगितल्यासारखं दाखवून गुणांचीच जाहिरात करणार, हे उघड आहे.) तो म्हणतो :

मला सामान्यपणा आणि आळशीपणा यांचा विलक्षण तिटकारा आहे. बिनमहत्त्वाच्या गोष्टींवर मी कधी-कधी नको इतका वेळ घालवतो. माझ्या वयाच्या इतर माणसांप्रमाणे मीही, 'आमच्या वेळी' काय होतं ते फार वेळ सांगत बसतो. ज्यांना ताबडतोब कंपनीतून डच्चू द्यायला पाहिजे अशा कितीतरी लोकांना मी उगाचच दया दाखवली. मला विमान प्रवासाची भीती वाटते. त्याच्यापासून मी शेकडो मैल लांब पळतो (रेल्वेनं). मी न्यू यॉर्क ऑफिसचा क्रिएटिव्ह हेड असताना नको एवढं कॉपीरायटिंग केलं. (बॉसनं कधी स्वत: काम करायचं असतं?) मला योग्यायोग्यतेचा विचार न करता नेहमी खरं तेच सांगण्याची वाईट सवय आहे. मला कुठल्याही गोष्टीच्या एकवेळा दोनच नव्हे, तर आणखी पुष्कळ बाजू दिसत राहतात. शारीरिक सौंदर्याची मला नको इतकी भूल पडते.

स्वत:च्या यशाविषयी सांगताना डेव्हिड किपलिंगच्या ओळी उद्धृत करतो. किपलिंगचा नायक सर अँथनी ग्लॉस्टर हा शिपिंगच्या धंद्यातला दादा माणूस, मृत्युशय्येवर असताना आपल्या मुलाला व्यवसायातल्या स्पर्धकांविषयी सांगतो :

त्यांना जमेल तेवढं माझं अनुकरण त्यांनी केलं
पण माझ्या मनाची नक्कल ते करू शकले नाहीत
घाम गाळीत, उचलेगिरी करीत ते मागंच राहिले
मी नेहमी त्यांच्या (कमीत कमी) दीड वर्ष पुढे राहिलो!

असा हा बुद्धिमान, मिस्कील, धाडसी, कुणालाही भीक न घालणारा बुजुर्ग जाहिरातवाला! मागं एकदा तो भारतातसुद्धा येऊन गेला. मुंबईच्या ॲडव्हर्टायझिंग क्लबनं त्याला मुलाखतीमध्ये विचारलं :

ओगिल्व्हीसाहेब, भारतातले जाहिरातवाले अमेरिकेच्या मॅडिसन ॲव्हेन्यूवरून स्फूर्ती घेऊन जाहिराती तयार करतात. खुद्द मॅडिसन कुणावरून स्फूर्ती घेतं?

ओगिल्व्हीसाहेब स्मित करीत म्हणाले– सांगू? पण नको. ते विनयाला सोडून होईल!

◆

आजकाल वर्तमानपत्रात रोज बातम्या वाचायला मिळतात, त्या अपहरणाच्या, बॉम्बस्फोटांच्या आणि ब्लॅकमेलिंगच्या.

पण एक तपापूर्वी, स्पेनमध्ये, याच प्रकारचं एक 'रॅकेट' सुरू झालं होतं. गुन्हेगार मंडळींनी 'बॉम्ब'चा एक नवीनच उपयोग शोधून काढला होता!

माणसाच्या शरीरावर बॉम्ब बांधायचा! म्हणजे राजीव गांधींच्या हत्येसाठी जसा त्या मारेकरी स्त्रीनं बांधला होता तसाच! पण तो स्वेच्छेने बांधलेला होता. इथं माणसाच्या इच्छेविरुद्ध बांधला जायचा!

म्यॅन्युअल कॅबॅलिरो हा चौतीस वर्षं वयाचा मनोविकारतज्ज्ञ. ईशान्य स्पेनमधल्या ऑरेन्स या गावचा राहणारा.

म्यॅन्युअलच्या विधवा आईच्या मालकीचा एक दगडी वाडा होता.

चालता बोलता टाइम बॉम्ब!

चांगला ऐसपैस पंचवीस-तीस खोल्यांचा. म्यॅन्युअलनं तो विकायला काढला होता. साधारण सत्तर लाख रुपये किंमत यावी, अशी अपेक्षा होती.

५ जुलै, १९७८. त्या दिवशी दुपारी म्यॅन्युअलला एक फोन आला. ज्युलिअन रॉडरिग्ज नावाचा कोणी श्रीमंत हॉटेलमालक बोलत होता. त्याला वाडा खरेदी करण्यात स्वारस्य होतं.

दोघांनी बोलणी करण्यासाठी रॉडरिग्जच्या हॉटेलवर भेटायचं ठरवलं. स्वीट नंबर दोनशे दोनमध्ये.

त्याप्रमाणे म्यॅन्युअल हॉटेलवर गेला. दोनशे दोन नंबरच्या स्वीटमध्ये रॉडरिग्ज त्याची वाटच पाहत होता. अभिवादनानंतर, आलोच, म्हणून तो बेडरूममध्ये गेला.

परत आला, आणि त्यानं म्यॅन्युअलच्या हातात एक चिठ्ठी ठेवली. त्याच्या पाठीमागं जाऊन उभा राहिला.

म्यॅन्युअलनं चिठ्ठी उघडून वाचली. सांगतो तसं कर. नाही तर प्राणाला मुकशील!

म्यॅन्युअल चमकला. मग हा काय विनोद आहे, म्हणून त्यानं मागं वळून पाहिलं. तर काय – त्याला रॉडरिग्जच्या हातातल्या पिस्तुलाची नळी आपल्यावर रोखलेली दिसली!

खाली बस– गुडघे टेकून! रॉडरिग्जनं सांगितलं. डोकं तुझ्या पुढ्यातल्या टेबलवर ठेव आणि हात पाठीमागं धर!

नायलॉनच्या, आधीच गाठी मारून ठेवलेल्या लूप्समध्ये रॉडरिग्जनं म्यॅन्युअलचे हात क्षणार्धात अडकवले. मग त्याला बेडरूममध्ये नेलं. तिथं त्याचे पायही बांधून टाकले. डोळ्यांवर टेप लावली आणि त्याच्या शर्टची बटणं सोडली. काहीतरी चौकोनी, कठीण वस्तू आपल्या छातीशी लावण्यात येतेय, एवढं म्यॅन्युअलला समजलं.

अचानक त्याला आठवण झाली. –आपण ऐकलंय की स्पेनमध्ये अपहरणाची ही नवीन पद्धत निघालीये. माणसाला पळवायचं आणि त्याच्या शरीरावर टाइम बॉम्ब बांधून, त्याला सांगितलेली रक्कम आणून देण्यासाठी बाहेर सोडायचं. या पद्धतीनं बार्सिलोनामधला एक उद्योगपती आणि एक माजी महापौर – अशा दोघांना ठार मारण्यात आलं होतं. आता आपण तिसरे–!

म्यॅन्युअल हा विचार करतोय तोपर्यंत रॉडरिग्जनं त्याच्या गळ्याभोवती आणि कमरेभोवती वायर्स टाकून त्या टाइम बॉम्बला जोडल्यासुद्धा! मग चिकट बॅन्डेजचे वेढ्यांवर वेढे देऊन त्यानं बॉम्ब पूर्णपणे झाकून टाकला!

एवढं झाल्यावर, म्यॅन्युअलच्या डोळ्यांवरची टेप काढून टाकून त्यानं त्याच्या हातात एक टाइप केलेली चिठ्ठी दिली. 'एक कोटी पेस्टा (१२ लाख रुपये) दुसऱ्या दिवशी चार वाजेपर्यंत आणून दिले नाहीत, तर पंचाहत्तर ते नव्वद तासांमध्ये बॉम्ब फुटून शरीराच्या चिंधड्या होतील! बॉम्ब आमच्याशिवाय दुसरं कुणी काढू शकणार नाही.' असा मजकूर त्या चिठ्ठीत होता. आणखी असंही म्हटलं होतं की, पोलिसांना कळवलं किंवा पैसे देण्यात कुचराई केली, तर सबंध कॅबॅलिरो कुटुंबाला धोका आहे....

'उद्या दुपारी तीन वाजता मी पैसे कुठं द्यायचे ते कळवतो', रॉडरिग्ज म्हणाला. आता साडेसहा वाजताहेत. आठ वाजेपर्यंत तू इथंच

राहा आणि या हॉटेलचं बिल देऊन मगच बाहेर पड.

रॉडरिग्ज गेल्यानंतर पाचच मिनिटात म्यॅन्युअलनं हाता-पायांच्या तात्पुरत्या बांधलेल्या पट्ट्या काढून टाकल्या. आता प्रत्येक मिनिट बहुमोल होतं. म्यॅन्युअलनं छातीवर चाचपून पाहिलं. पट्ट्यांच्या वरती प्लग कनेक्शन होतं... मायक्रोफोन–? मी काही हालचाल केली, कुणाकडे काही बोललो, तर ते कळावं म्हणून?

म्यॅन्युअलच्या घबराटीला सीमा नव्हती. आपण आता चालता-बोलता टाइम बॉम्ब झालेत! ही कल्पनाच भयंकर होती. पावणे आठ वाजताच त्यानं हॉटेल सोडलं आणि पाच मिनिटात तो घरी पोहोचला. त्यानं बायकोला अगदी हलक्या आवाजात सांगितलं– सेस-बॉम्ब! – माझ्या छातीवर बॉम्ब बांधलाय!

हे ऐकून सेसची शुद्धच जायची; पण तिनं स्वत:ला सावरलं. जवळच्या दोन मित्रांना बोलावून घेतलं. सगळी परिस्थिती कागदावर लिहून सांगितली. ही दोघं आणि ते दोघे-चौघांनी बराच विचारविनिमय केला. अर्थात, एक अक्षरही न बोलता– आळीपाळीनं कागदावर लिहूनच!

फेलिक्स आणि लॉर्ड्स हे दोघे रात्रभर म्यॅन्युअलबरोबरच राहिले. दुसऱ्या दिवशी दुपारपर्यंत फेलिक्सनं पैसे जमा केले आणि बॅग हजार पेस्टांच्या नोटांनी भरून तयार ठेवली. चौघंही पुढं काय होणार, याची वाट बघत बसली. वेळ भराभर चालला होता. मुदतीचे जवळ-जवळ वीस तास संपले होते.

पावणेचार वाजता फोन घणघणला.

फोनवर रॉडरिग्ज होता. सत्त्याहत्तर किलोमीटर्सवरच्या एका ओसाड जागी, उद्ध्वस्त दगडी कारंजाच्या पाठीमागं, बीअरच्या रिकाम्या कॅनमध्ये सूचना सापडतील, असं त्यानं सांगितलं. तिथं अर्थातच, म्यॅन्युअलनं एकटंच जायचं होतं.

तासाभरानं म्यॅन्युअल दगडी कारंजापाशी पोचला. तिथं बीअर कॅनमध्ये एक चिठ्ठी ठेवलेली होती. तिच्यात म्हटल्याप्रमाणे आणखी तीन किलोमीटर्सवर, खडकांच्या रांगेतल्या एका विशिष्ट तांबड्या पत्थराशी पैसे ठेवून यायचे होते.

गाडी थांबवून त्या खडकांमधून ती भरलेली; पंधरा किलो वजनाची

बॅग नेता नेता म्यॅन्युअलला दम लागला. छातीवर गच्च बांधलेल्या प्लॅस्टरच्या पट्ट्याही आता विलक्षण काचायला लागल्या होत्या. ताणापायी दोन्ही बाजूंच्या बरगड्या दुखायला लागल्या होत्या. छातीवरचा बॉम्बदेखील मासात घट्ट रुतला होता. जेमतेम अर्ध अंतर कसंतरी अडखळत, पडत चालल्यानंतर म्यॅन्युअलच्यानं पाऊलही पुढं टाकवेना. तो तसाच धडपडत गाडीकडे परतला.

रात्री साडेआठ वाजता म्यॅन्युअल घरी येऊन पोचला, तेव्हा त्याच्यात विचार करण्याचंही त्राण राहिलेलं नव्हतं. आपण एखादी कीड-मुंगी आहोत आणि कुणीतरी आपल्याला पायाखाली चिरडतंय अशा भावनेनं त्याचं बळ शोषून घेतलं गेलं होतं.

तीन तासांनी रॉडरिग्जचा फोन आला. कुठं माशी शिंकली? त्यानं कुत्सितपणे विचारलं. माहितेय ना? – बॉम्बचा स्फोट व्हायला आता पन्नासदेखील तास राहिलेले नाहीत.

आपलं सगळं साहस म्यॅन्युअलनं त्याला कथन केलं. ठीक आहे. रॉडरिग्ज म्हणाला. जरा सोपी जागा ठरवून नंतर कळवतो.

त्याप्रमाणे पहाटे साडेतीन वाजता रॉडरिग्जचा फोन आला. नव्या सूचना तीन किलोमीटरवरच्या मैलाच्या दगडाशी पडलेल्या सार्डिन कॅनमध्ये मिळायच्या होत्या.

म्यॅन्युअल तिथपर्यंत जाऊन पोहोचला. अर्थात, एकटाच! तिथनं, एका पायवाटेनं, गर्द झुडपांच्या झाडीशी जायचं होतं. तिथं ठेवलेल्या स्पोर्ट्स बॅगमध्ये पैसे ठेवून परत जागेवर यायचं आणि बरोबर सहा मिनिटांनी पुन्हा त्या जागी जायचं. रिकामी बॅग परत आणायची आणि तिच्यासोबत दिलेल्या बॉम्ब सोडवण्याच्या सूचनाही.

म्यॅन्युअलनं सांगितल्याप्रमाणे केलं. पण परत सहा मिनिटांनी जाऊन पाहतो तर काय, ना स्पोर्टस् बॅग ना बॉम्ब सोडवण्याच्या सूचना!

म्यॅन्युअलला वेड लागायची पाळी आली. आता काय करायचं? पैशापरी पैसे गेले आणि सूचनाही नाहीत! आता बॉम्ब कसा सोडवायचा? त्याला प्रचंड भीती वाटायला लागली! संतापही आला. हिव भरल्यासारखं झालं. गेल्या पस्तीस तासांत त्या लोकविलक्षण मानसिक आणि शारीरिक दडपणाखाली त्याचं वय पाच वर्षांनी वाढलं होतं. शरीर एकाएकी

हडकलं होतं. बरगड्यांमधली वेदना असह्य होती. डोळ्यावर झापड यायला लागली होती.

त्यानं गाडी आणि रिकामी बॅग तशीच वाटेत सोडली आणि एक टॅक्सी पकडली. तासभर शोधाशोध केल्यानंतर त्याला एक टेलिफोन मिळाला. तिथून त्यानं घरी फोन केला. सेस म्हणाली, 'आपल्या मित्रांनी पोलिसांत खबर दिलीये. एक स्पेशल बॉम्ब स्क्वाड ऑरिन्समध्ये तुझी वाट पाहतोय!'

म्यॅन्युअलचं डोकं विचार करूच शकत नव्हतं. सांगितलेलं ऐकणं एवढंच जेमतेम त्याला करता येत होतं. तो सरळ आपल्या गावी परतला. तिथं पत्ता शोधत असतानाच त्याला केंद्रीय पोलीस खात्याचे दोन तज्ज्ञ भेटले. ते त्याला एका तळघरात घेऊन गेले! त्यांनी अंगावर अग्निप्रतिबंधक कोट, प्लॅस्टिकची शिरस्त्राणं घातली होती. बॉम्ब काढण्याच्या सूचना रॅाडरिग्जकडून मिळतील याची वाट पाहत ते दोघे थांबले होते. पण आता कळत होतं की सूचना मिळाल्या नाहीत.

काय व्हायचं असेल ते होवो, पण अंगावर हे जोखड घालून काम करता येणार नाही! असं म्हणून त्यांनी अंगावरचे प्रतिबंधक कपडे काढून टाकले. असलं काम आम्ही यापूर्वी कधी केलेलं नाही. बॉम्ब उडाला तर आपण तिघंही वरती-! ते गमतीनं म्हणाले.

त्यांच्यातल्या ॲन्ड्रेनं सर्जनचा चाकू घेऊन अगदी नाजूकपणे तासाभरात प्लॅस्टर काढून टाकलं. मग हलकेच फ्यूजसाठी चाचपलं. म्यॅन्युअलची छाती आणि बॉम्ब याच्यामध्ये एक प्लॅस्टिकची पट्टी घातली. ही पक्की धर. तो म्यॅन्युअलला म्हणाला – आणि शरीर त्या बॉम्बपासून थोडं आत घ्यायचा प्रयत्न कर!

म्यॅन्युअलनं सगळं सांगितल्याप्रमाणे केलं. काहीही करून बॉम्ब सुटून वा फुटून– पण हे सगळं एकदाचं लवकर संपून जाऊ दे, असं त्याला झालं होतं.

दुसऱ्या, कार्लोसनं हलक्या हातांनी, बॉम्बला चिकटवलेली प्लॅस्टरची पट्टी काढून टाकली. आता हात आरामात सोड! काही होणार नाही! – तो मजेत म्हणाला. हा प्रसंग घडलेला पुढं म्यॅन्युअलला नीट आठवतही नव्हता, इतका तो त्या वेळी हबकलेला होता!

टाइम बॉम्ब शरीराला बांधला गेल्यापासून बरोबर त्रेचाळीस तासांनी

म्यॅन्युअल मोकळा झाला. आपण खरंच सुटलो, आता आपल्याला न घाबरता हालचाल करता येईल आणि आपलं मरण टळलंय, हे त्याला खरंच वाटत नव्हतं. म्हणा, तेवढा विचार करणंही त्याला शक्य नव्हतं. तो नुसता जागच्या जागी आडवा पडला आणि झोपी गेला.

काही दिवसांनी त्याच्या शरीरावरच्या खुणा पुसल्या गेल्या. पण मनावरच्या भीतीच्या छाया अजूनही कायम आहेत!

◆

नुकताच मुंबईत स्टिफन सॉपर्स नावाचा, हॉलीवूडचा एक तरुण चित्रदिग्दर्शक येऊन गेला. तो 'जंगल बुक' परत एकदा चित्रित करणार आहे. वॉल्ट डिस्नेचा जंगल बुक ॲनिमेटेड कार्टून्सचा होता. तर त्याची नवीन आवृत्ती प्रत्यक्ष नटनटी घेऊन तयार केली जाणार आहे. अर्थात, ही जंगल बुकची पहिलीच सजीव निर्मिती आहे, हा त्याचा दावा फारसा खरा नाही. कारण सुमारे पन्नास वर्षांपूर्वी, साबू या भारतीय मुलानं मोगलीची भूमिका केलेला 'जंगल बुक' प्रचंड गाजून गेलेला आहे. (त्या चित्रपटानं साबूचंही नशीब उजळलं.)

हे थोडं अवांतर सांगितलं. जंगल बुकवरून तुम्हाला त्याच्या जनकाची – रूडयार्ड किपलिंगची याद द्यावी म्हणून! या रूडयार्ड किपलिंगची एक आठवण नुकतीच 'रीडर्स डायजेस्ट'मध्ये वाचली.

एका पित्याची गोष्ट

किपलिंगचा जन्म मुंबईमधलाच (१८६५) पण सहा वर्षांचा होण्याआधीच त्याला आणि त्याच्या बहिणीला शिक्षणासाठी म्हणून इंग्लंडला पाठवण्यात आलं. तिथं ज्या बाईकडे त्यांना ठेवण्यात आलं, ती त्यांच्या छळच करायची. त्यामुळं पुढं किपलिंगनं आपल्या मुलांवर अधिकच प्रेम केलं. हिंदुस्थानच्या ओढीनं तो इथं परतला आणि पत्रकारिता करता-करता त्यानं फावल्या वेळात लेखनही केलं. त्याच्या लिखाणाची इंग्लंडमधल्या पत्रकारांनी सुरुवातीला टर उडवली. पण नंतर मात्र त्याची योग्य ती दखल घेतली गेली आणि त्याला नोबेल प्राइझही देण्यात आलं.

एके दिवशी किपलिंगला पोस्टानं एक पार्सल आलं. त्यात त्याच्याच 'किम' या कादंबरीचा फ्रेंच अनुवाद होता. मात्र त्या पुस्तकातून एक बंदुकीची गोळी जवळ-जवळ आरपार गेलेली होती. जवळ-जवळ म्हणण्याचं कारण असं की, शेवटच्या २० पानांपर्यंत ती थांबली होती. हे सुदैवच, कारण त्यामुळंच एका सैनिकाचे प्राण वाचले होते. मॉरिस

हॅमोन्यू या सैनिकानं किपलिंगला कळवलं होतं की, खिशात हे पुस्तक असल्यामुळेच त्याला गोळी लागायची राहिली होती. कृतज्ञता दर्शवण्यासाठी त्यानं ते पुस्तक आणि आपलं शौर्यपदक, दोन्ही किपलिंगसाठी भेट म्हणून पाठवली होती.

त्या फ्रेंच सैनिकाच्या या वृत्तांतानं किपलिंगच हृदय भरून आलं – पण नियतीच्या या विचित्र कृतीचा अर्थ त्याला समजेना. त्याच्या पुस्तकाच्या प्रतीकरवी तिनं एका सैनिकाचा प्राण वाचवला होता. पण त्याच्या घरातल्या, अगदी जवळच्या एका सैनिकाचा प्राण मात्र याच नियतीनं अगदी क्रूरपणानं –

एकवीस वर्षांपूर्वी किपलिंगला दोन मुलींवर मुलगा झाला होता. किपलिंगचं आपल्या मुलींवर अतिशय प्रेम होतं. मात्र आता एक मुलगा हवा, असं त्याला वाटत असतानाच जॉनचा जन्म झाला. जॉन चुणचुणीत, आनंदी आणि समजूतदार होता. अगदी किपलिंगला हवा होता, तसाच!

जॉन जेमतेम दीड वर्षाचा असतानाच किपलिंग आणि त्याची थोरली मुलगी जोसेफिन न्यूमोनियानं आजारी पडली. त्या आजारातून किपलिंग उठला. पण जोसेफिन मात्र कायमची जग सोडून गेली.

किपलिंग अतिशय उदास झाला. पण तीन वर्षांची एल्सी आणि दीड वर्षाचा जॉन यांच्याकडे पाहून त्यानं आपलं दुःख गिळून टाकलं. जोसेफिनच्या वाटचं प्रेमही तो त्यांच्यावरच करू लागला.

जॉन मोठा होत होता. उंच, सडसडीत झाला होता. शाळेच्या खेळात तो चमकत असे. रग्बीच्या मैदानावर विजेसारख्या चपळतेने वावरणाऱ्या जॉनला पाहत बसणं, हा किपलिंगचा आनंद होता. त्याच्या केवळ शारीरिक बळाचंच नाही, तर मानसिक प्रगल्भतेचंही किपलिंगला कौतुक वाटायचं. जिंकल्यावर प्रौढी मिरवणं किंवा हरल्यावर रडत बसणं, जॉनच्या स्वभावात नव्हतं. शाळेचा नियम मोडल्याबद्दल शिक्षा झाली, तर ती तो हसत-हसत स्वीकारायचा. जबाबदारी उचलायला त्याची ना नसायची. हा पोरगा खरा मर्द होणार, अशी किपलिंगची खातरी होती.

१७ पुरी झालेल्या देखण्या, उंच, चमकदार डोळ्यांच्या जॉनला नुकतंच मिसरूड फुटलं होतं. एवढ्यात युद्धाला तोंड फुटलं (१९१५).

जॉनला सैन्यात जावंसं वाटत होतं, पण त्यानं वडिलांची किंचित अधू दृष्टी घेतल्यामुळे आर्मी आणि नेव्ही या दोन्ही ठिकाणी त्याची ऑफिसर म्हणून निवड होऊ शकली नाही. शेवटी त्याची युद्धाची दुर्दम्य खुमखुमी पाहून किपलिंगनं त्याला आयरिश गार्डस्‌मध्ये सेकंड लेफ्टनंटची जागा मिळवून दिली.

मे महिन्यात ब्रिटनच्या सैन्यातले खूपच लोक कामी आले. म्हणून एका मागून एक सैन्यभरतीच्या लाटा येतच राहिल्या. जॉन फक्त १७ वर्षांचा होता आणि वडिलांच्या परवानगीशिवाय त्याला आघाडीवर जाता येत नव्हतं. मुलाला आघाडीवर पाठवायच्या कल्पनेनं किपलिंगचा जीव थोडा-थोडा झाला; पण त्याला आता माघार घेता येण्यासारखी नव्हती. मर्दुमकीचा आदर्श त्यानंच आपल्या मुलासमोर ठेवला होता. आता त्याला भ्याडपणा शिकवणं बरोबर नव्हतं. किपलिंगनं मन घट्ट करून जॉनला आघाडीवर जाण्याची परवानगी दिली.

सहाच आठवड्यात आघाडीवरून वॉर ऑफिसची तार आली. फ्रान्समध्ये लूसमधल्या लढाईत जॉन शेवटचा दिसला. तेव्हापासून तो गायब आहे.

जॉनची माहिती काढण्यासाठी किपलिंगनं जिवाचं रान केलं. त्याच्यानं स्वस्थ बसवतच नव्हतं. या हॉस्पिटलमधून त्या हॉस्पिटलमध्ये जात तो जॉनच्या बटालियनमधल्या सैनिकांचा शोध घेत राहिला. पण जॉनचा पत्ता लागला नाही आणि त्याच्या पित्याच्या काळजातली जखम ओलीच राहिली.

१९१७ च्या अखेरीस! लूसच्या लढाईत जॉन कामी आल्याचं प्रत्यक्ष पाहणारा एक साक्षीदार भेटला. जॉनचं शव मात्र मिळालेलंच नव्हतं. आयुष्याची उरलेली १८ वर्षं किपलिंगनं वॉर ग्रेव्हज कमिशनवर मृतांना सन्माननीय दफन देण्याच्या कामात घालवली.

कमिशन घेतलं तरी किपलिंगच्या मनाची घालमेल चालूच राहिली. आपला मुलगा हे आपलं सर्वस्व होतं – ते आपण कशासाठी गमावलं? यामागं नियतीची काय योजना आहे? का तिनं आपल्याकडून आपला मुलगा हिरावून घेतला? या विचारात किपलिंग रात्र-रात्र जागत राही; पण प्रश्नांची उत्तरं मिळत नसत.

आणि त्या फ्रेंच सैनिकाचं – मॉरिस हॅमोन्यूचं पत्र आणि 'किम'ची

प्रत किपलिंगला आली. मॉरिस थोडक्यात वाचल्याच्या समाधानाबरोबरच, जॉन गेल्याची वेदनाही जागी झाली. तरीही किपलिंगनं मॉरिसला पत्रोत्तर पाठवलं. पुस्तक आणि मेडल मिळाल्याचं. त्यावर मॉरिसचं पुन्हा पत्र आलं. हळूहळू दोघांची पत्रमैत्री वाढत गेली.

आणि १९२९ मध्ये मॉरिसचं पत्र आलं की, माझ्या पत्नीनं एका मुलाला जन्म दिलाय. तुम्ही त्याच्या बारशाला गॉडफादर म्हणून येऊ शकाल का?

मी अगदी आनंदानं येईन, किपलिंगनं कळवलं. शिवाय ती गोळी पचवणारी प्रत आणि त्याच्या शूर बापाचं ते पदक – ही दोन्ही त्याला भेटवस्तू म्हणून घेऊन येईन. मी स्वत: त्याचं नाव ठेवीन. माझ्या मुलाचं नाव 'जॉन' होतं – हा फ्रेंच म्हणून 'जो' असेल!

...मॉरिसला पत्र लिहिलं आणि किपलिंग आपल्या स्टडी रूमच्या खिडकीबाहेर अवकाशाकडे पाहत बसला. माझा जॉन गेला आणि हा फ्रेंच सैनिक माझ्या पुस्तकांच्या प्रतीमुळे जिवंत राहिला. कशासाठी? तर आता पुन्हा माझ्या जॉनला जन्म देण्यासाठी! जगातल्या अनेक विसंगत वाटणाऱ्या गोष्टींमध्ये अशी काही, आपल्याला अनाकलनीय अशी संगती असेल का?

पिता म्हणून जो आनंद, जो अभिमान माझ्या वाट्याला येत होता. तो नियतीनं एकाएकी हिरावून घेतला... हे झालं माझं, माझ्यापुरतं वाटणं! पण विशाल मानवी जीवनाच्या दृष्टीनं काय झालं? आज तोच आनंद दुसऱ्या एका पित्याला मिळू लागला आहे. एका शूर मर्दाच्या पोटी आलेल्या या मुलालाही त्याचा पिता उद्या सांगेल – बेटा, तू जगशील मर्दासारखा! जीवनाचा ओघ तसाच चालू राहील, खंडित न होता!

किपलिंग निळ्या आभाळाकडे पाहत राहिला. त्याच्या भळभळणाऱ्या जखमेवर आता खपली धरू लागली होती.

◆

आपल्यापैकी बहुतेकांनी ॲगाथा ख्रिस्तीच्या रहस्यकथा वाचलेल्या आहेत. त्यांच्यातल्या हर्क्यूल पॉयरो या तऱ्हेवाईक डिटेक्टिव्हच्या तर्कशास्त्राचं नवल केलेलं आहे. स्वत:च्या सेंट मेरी मीड या गावात बसल्या-बसल्या गुन्ह्यांची उकल करणाऱ्या मिस मार्पल या आजीबाईच्या हुशारीला दाद दिलेली आहे. ॲगाथा ख्रिस्तीच्या कथेवरचा 'विटनेस फॉर प्रॉस्युकिशन' हा चित्रपट आपण आवडीने पाहिलेला आहे, तर लंडनमध्ये 'माउस ट्रॅप' या तिच्या ४० वर्षांपूर्वीच्या नाटकाचे प्रयोग आजही जोरात चालले आहेत, या लोकविलक्षण वृत्ताने आपण थक्क झालो आहोत. ॲगाथा ख्रिस्तीच्या कथा, कादंबऱ्या आणि नाटकं यांच्याबरोबरच तिचं चरित्रही आपल्यापैकी कित्येकांनी वाचलेलं आहे.

ॲगाथा ख्रिस्तीनं ८०हून अधिक कादंबऱ्या लिहिल्या. शेक्सपिअरच्या

रहस्यराणीचं रहस्य

नाटकांपेक्षाही अधिक मोठ्या संख्येनं तिच्या साहित्याचे अनुवाद झाले. तिच्या एकूण पुस्तकांच्या ३० कोटीहून अधिक प्रती खपल्या. (प्रत्येक प्रतीवर तिला एक पौंड मिळाला असं धरलं, तरी तिच्या श्रीमंतीची कल्पना यावी.) सबंध जगातील साहित्यामध्ये ॲगाथा ख्रिस्तीला रहस्यसम्राज्ञी मानलं जातं, हे सर्वांनाच माहीत आहे.

मात्र या रहस्यसम्राज्ञीच्या स्वत:च्या जीवनातल्या एका रहस्याचा उलगडा अजूनही झालेला नाही. तिच्या चरित्रातही त्याचा उल्लेख टाळलेला आहे. पन्नास वर्षं वाचकांच्या मनावर अधिराज्य गाजवून जानेवारी ७६ मध्ये वयाच्या ८६व्या वर्षी ॲगाथा ख्रिस्तीनं जगाचा निरोप घेतला. पण अखेरच्या क्षणापर्यंत तिनं आपल्या आयुष्यातल्या त्या एका रहस्यमय घटनेविषयी संपूर्ण मौन पाळलं, आणि कधी काळी ते उलगडेल अशी आशा, तिच्याबरोबरच विलयाला गेली.

ॲगाथाच्या आयुष्यातलं हे रहस्य होतं तरी काय?

वयाच्या ३६व्या वर्षी ॲगाथा एके दिवशी अचानक नाहीशी झाली आणि दोन आठवड्यांनी परत आली. या मधल्या पंधरवड्यात ती कुठं होती, काय करत होती, हे कुणालाच माहीत नाही. अगदी तिच्याकडे टक लावून बसलेल्या (कारण तोवर रहस्यलेखिका म्हणून ती यशाच्या शिखरावर नव्हे, तरी बऱ्यापैकी उंचीवर पोहोचलेली होती.) पत्रकारांपासून, निर्मात्यांपासून, साहित्यिकांपासून ते तिच्या कोट्यवधी वाचकांपर्यंत सर्वांनाच ते अज्ञात आहे. या साऱ्यांनी जंगजंग पछाडलं, तरी तिच्या जीवनग्रंथातली ही मधलीच पंधरा पानं कोरी ती कोरीच राहिली.

ॲगाथा एका धनिक अमेरिकन गृहस्थाची आणि त्याच्या इंग्लिश पत्नीची सर्वांत धाकटी मुलगी. अतिशय वैभवात आणि लाडात वाढलेली. शाळा-कॉलेजातलं सांकेतिक शिक्षण तिनं फारसं घेतलं नाही. पण पुस्तकांनी भरलेल्या घरात, वाचनानं तिला प्रगल्भता आली. तिची आईदेखील तिच्या वाचनाच्या आवडीला सतत प्रोत्साहन द्यायची.

१९१४ साली. वयाच्या चोविसाव्या वर्षी ॲगाथाचा विवाह कर्नल आर्चिबाल्ड ख्रिस्ती या सैनिकाशी झाला. तो युद्धावर निघून गेला आणि तिनं नर्सिंगचं काम करायला सुरुवात केली. (पुढं तिच्या रहस्यकथांमधून वाचकाला चकित करणारं, विविध औषधं, ड्रग्ज आणि मुख्यत: विष यांचं ज्ञान तिनं याच पेशामधून पैदा केलं.) कुठल्यातरी आजारात विरंगुळा म्हणून तिनं एक रहस्यकथा लिहिली आणि पाहता-पाहता ती एक विख्यात लेखिका झाली.

१९२६ मध्ये, आपल्या बायकोच्या नावाचा डंका वाजतोय, हे तिच्या नवऱ्याला फारसं रुचलं नसावं. या सुमारास त्यांचं बिनसायला सुरुवात झाली. हळूहळू त्यानं आपलं चित्त दुसऱ्या एका स्त्रीकडे वळवलं. तिचं नाव मिस् नील. विशेष म्हणजे त्यानं आपलं प्रेमप्रकरण ॲगाथापासून लपवून न ठेवता, ते तिला स्वच्छच सांगून टाकलं.

ॲगाथा खचून गेली. आता काय करावं, तेच तिला समजेना! त्यातच तिची आई वारली आणि तिला अगदीच निराधार वाटायला लागलं. मनाच्या अत्यंत निराश अवस्थेत, ३ डिसेंबरच्या रात्री, चावऱ्या थंडीमध्ये, ॲगाथानं हिरव्या रंगाचा स्कर्ट, त्यावर करडा कार्डिगन, डोक्यावर हॅट असा वेष केला. पर्समध्ये थोड्या पौंडांच्या नोटा टाकल्या

आणि ती घराबाहेर पडली. आपल्या, दोन माणसं बसतील अशा छोट्या मॉरिस गाडीत बसून ती रात्रीच्या काळोखात कुठंशी निघून गेली.

दुसऱ्या दिवशी पहाटेसच तिची गाडी सापडली. घरापासून जेमतेम अर्ध्या मैलावर. गाडी रिकामीच होती, पण तिची पुढली चाकं सव्वाशे फूट खोल खड्ड्याच्या टोकावर अधांतरी थांबलेली होती. ब्रेक लावलेला नव्हता. गिअर न्यूट्रलमध्ये होतं आणि इग्निशन चालू होतं. गाडीत काही कपडे होते, त्यात एक फर कोटदेखील होता.

एक-दोन दिवसातच पोलिसांनी ॲगाथा ख्रिस्ती नाहीशी झाल्याचं वृत्त जाहीर केलं. वृत्तपत्रात ठळक मधळ्यांमध्ये ही बातमी आली. शेकडो पोलीस आणि हजारो स्वयंसेवक यांनी शक्य त्या सगळ्या जागा पालथ्या घातल्या. पाणबुड्यांनी तळ्या-तलावांमध्येही खोलात जाऊन शोधलं.

सगळे एकाच निष्कर्षाला पोहोचले – रहस्यराणीनं आत्महत्या केली – पण तिचा, कुठल्या का अवस्थेतला असेना, देह कुठं होता?

आत्महत्या, अपहरण, खून! – वर्तमानपत्रं दररोज नवेनवे अंदाज छापत होती. जनता हैराण होऊन ते वाचत होती. पोलीस तपास चालू होता – पण सगळं व्यर्थ!

इकडे हा हलकल्लोळ चालू असतानाच अडीचशे मैल अंतरावर यॉर्कशायरमधल्या हायड्रो हॉटेलात, तीस-पस्तिशीची एक आकर्षक तरुणी उतरली होती. हॉटेलच्या इतर रहिवाशांशी तिची चांगलीच मैत्री झाली होती. (म्हणे) दक्षिण आफ्रिकेतून आलेल्या या स्त्रीचं नाव होतं – थेरेसा नील. आडनाव होतं – कर्नल ख्रिस्तीच्या प्रेयसीचं! काही दिवस ही तरुणी या हॉटेलमध्ये मजेत राहिली; पण हॉटेलचा हेड वेटर रोजची वर्तमानपत्रं वाचतच होता. काहीएक खूणगाठ बांधून त्यानं पोलिसांशी संपर्क साधला.

ॲगाथा नाहीशी झाली, त्याला आता अकरा दिवस लोटले होते. त्या संध्याकाळी थेरेसा नील बिलियर्डस्‌चा खेळ आटोपून डिनरसाठी पोशाख बदलायला गेली. तिनं डायनिंगरूममध्ये प्रवेश करताच तिथं

बसलेल्या कर्नल ख्रिस्तीनं तोंडासमोरचं वर्तमानपत्र बाजूला केलं. आणि तो तिच्या दिशेनं निघाला...

ॲगाथाच्या पुनरागमनानंतर वृत्तपत्रांमध्ये एकच बोंबाबोंब सुरू झाली. कर्नल ख्रिस्तीनं जीव तोडून सांगितलं की, मधल्या काळात ॲगाथाला स्मृतिभ्रंश झाला होता. डॉक्टरांनीही तसं सर्टिफिकेट दिलं. पण वृत्तपत्राचं म्हणणं, हा सगळा पब्लिसिटी स्टंट आहे! ॲगाथाच्या शोधासाठी करदात्याचे ३००० पौंड्स खर्च झाले. त्यांची भरपाई केली जावी, अशी मागणी जनता करू लागली. (आपल्याकडे मंत्र्याचे हवाई दौरे, जेवणावळी, निष्फळ परिसंवाद आणि फुकटच्या चर्चा, यासारख्या बाबींवर होणाऱ्या वायफळ खर्चासाठी करदात्याला किती नुकसानभरपाई द्यावी लागेल? पण आपल्या जनतेची स्थितप्रज्ञता आणि सोशिकपणा इंग्लंडमधल्या पब्लिकच्या अंगी कुठून असणार?)

अर्थात, काही दिवसांनी ॲगाथाचे चहाते हा कडवटपणा विसरले आणि तिची लोकप्रियता पूर्ववत झाली. मात्र दोनच वर्षांत कर्नल ख्रिस्तीनं तिच्याशी घटस्फोट घेतला आणि तो मिस् नीलशी लग्न करायला मोकळा झाला. आणखी दोन वर्षांनी ॲगाथानंही सर मॅक्स मॅलोवन या पुरातत्त्ववेत्त्याशी विवाह केला. (त्यावरचा एक विनोद प्रसिद्ध आहे. "माझा नवरा पुरातत्त्ववेत्ता." ती म्हणते, "याचा फायदा असा की, मी जितकी जीर्ण होत जाईन, तितकी त्याला अधिक आवडेन!"

जसजशी वर्षं लोटली तसतशी तिच्या अंतर्धान पावण्याची रहस्यमय घटना पुसट होत गेली. तिच्या मुलाखतीत कुणालाही याविषयी काही विचारायला बंदी होती. तिच्या चरित्रात उल्लेख आहे तो या काळात तिला नर्व्हस ब्रेकडाउन झाल्याचा. पण नर्व्हस ब्रेकडाउन किंवा स्मृतिभ्रंश, असं काही झालं म्हणावं, तर हायड्रो हॉटेलमधले तिचे झकपक कपडे किंवा तिनं तिथं खर्च केलेले पैसे, हे कुठून आले?

डिसेंबरमधल्या त्या भयाण रात्री, तिनं आत्महत्येचा प्रयत्न केला होता का? अचानक दैवयोगानं तिची गाडी खड्ड्यात पडता-पडता थांबली आणि ती संधी साधून ॲगाथानं आपल्या आयुष्याचा पुनर्विचार करण्यासाठी सवड काढली, असं झालं का? पण तसं असेल तर तिनं

हे तिच्या शोधासाठी जिवाचं रान करणाऱ्या पोलिसांना का कळवलं नाही?

असं तर नसेल की, आपल्या बहकलेल्या नवऱ्याची सहानुभूती मिळवून त्याला जिंकण्यासाठी तिनं हा डाव रचला? की या बाबतीत तपास करताना पोलिसांनी त्याचं प्रेमप्रकरण उघड्यावर आणावं, असा तिचा हेतू होता? की, नवऱ्याला वठणीवर आणण्यासाठी तिनं हे कपटकारस्थान केलं? तिची आत्महत्या यशस्वी ठरती तर पोलिसांनी त्याचं प्रेमप्रकरण लक्षात घेऊन त्याच्यावर खुनाचा आळ घ्यावा, असं तर तिला वाटत नव्हतं? हा तर्क जरा अतिरेकी वाटतो, पण तो तिच्या स्वत:च्या रहस्यकथांमध्ये शोभण्याजोगा आहे खास!

या रहस्यावर प्रकाश टाकू शकले असते, असे सगळेच लोक आता काळाच्या पडद्याआड गेलेत. मिस् नील ५८ मध्ये वारली तर कर्नल ख्रिस्ती ६२ मध्ये. ॲगाथाचा दुसरा नवरा सर मॅक्स यानं मात्र एकदा असं म्हटलं होतं की, मेरी वेस्टमॅकॉट या टोपणनावाखाली ॲगाथानं लिहिलेली 'अनफिनिश्ड पोर्टेट' ही रोमँटिक कादंबरी ॲगाथाच्या स्वत:च्याच चरित्रावर आधारलेली आहे. या कादंबरीतल्या नायिकेला आपला नवरा दुसरीवर प्रेम करतो, असं कळताच ती उद्ध्वस्त होऊन आत्महत्येचा अयशस्वी प्रयत्न करते!

पण हा देखील एक तर्कच झाला! त्या पंधरा दिवसात ॲगाथा कुठल्या प्रसंगातून गेली, याचा ठाम पुरावा इतिहासाला शेवटपर्यंत मिळालाच नाही. रहस्यराणीचं हे गूढ ना हर्क्युल पॉयरोला उकलता आलं, ना मिस मार्पलला!

◆

हॅरोल्ड शेरमन हा अमेरिकेतल्या इंडियानामधील मेरिअन क्रॉनिकलचा वार्ताहर. आज त्याच्याकडे कामगिरी होती. मिस्टर हॅरी लूस या, पोलीस अधिकाऱ्याच्या व्याख्यानाचा वृत्तांत तयार करण्याची.

हॅरी लूस यांनी शिकागोच्या पोलीस खात्यात काही वर्षं काम केलेलं होतं, शिवाय डिटेक्टिव्ह म्हणूनही कामगिरी केली होती. शिकागो डेली न्यूजच्या सुरक्षा विभागाचे ते प्रमुख होते. आज अर्थातच, ते गुन्हेगारी आणि गुन्ह्याचा शोध यावरच बोलणार होते.

व्याख्यात्याची सगळी माहिती जमवून, तिची टाचणं तयार करून हॅरोल्ड दुपारच्या व्याख्यानाला जाण्यासाठी सिद्ध झाला होता. पण अचानक काय झालं, कोण जाणे! आपण आत्ताच्या आत्ता हॅरी लूसना जाऊन भेटलं पाहिजे, असं त्याला त्याचं आतलं मन अगदी तीव्रतेने

सिद्धी

सांगायला लागलं.

आतल्या मनाला दडपून टाकण्यासाठी त्याचं मन जोराने म्हणालं – गरजच काय पण त्यांना आता भेटायची? त्यांची सगळी माहिती तर कधीच जमवून झालीये!

तरी मला भेटायचंच आहे! – आतल्या मनाने अजाण बालकासारखा हट्ट चालवला.

बरं – भेटलास! आणि त्यांनी विचारलं, कशासाठी आलास बाबा? मग काय सांगणार आहेस तू? उगाचच, असं?

कितीही वेड्यात काढलं, तरी हॅरोल्डचं अंतर्मन काही ऐकेना. आत्ताच्या आत्ता हॅरी लूसना भेटायलाच पाहिजे, असा लकडा त्याने लावला. वर आणखी जागत्या मनाला आदेश सोडला की, तूच काहीतरी सबब शोधून काढ त्यांना भेटण्याची.

नाइलाजाने मनाने ठरवलं की, गुन्हेगारीवर एक स्वतंत्र लेख

आपल्याला तयार करायचा आहे, असलं काहीतरी निमित्त सांगायचं. ही एक लंगडी सबब घेऊन हेरोल्ड, स्पेन्सर हाऊस, या शहरातल्या सर्वांत आलिशान हॉटेलकडे हॅरी लूसना भेटण्यासाठी निघाला. खरोखरच जावं की न जावं अशा विचारात तो बराच वेळ हॉटेलच्या आजूबाजूला घुटमळला आणि त्याला एकदम जाणवायला लागलं की, हॅरी लूस या हॉटेलात उतरलेलेच नाहीयेत. ते उतरले आहेत, चार इमारती सोडून असलेल्या मेरिअन या हॉटेलात. असं आपल्याला का वाटतं, या विचारातच तो मेरिअन हॉटेलमध्ये शिरला आणि तिथल्या रिसेप्शन काऊंटरवरच्या माणसाला त्याने विचारलं, इथे मिस्टर हॅरी लूस उतरलेत का?

हो. रिसेप्शनिस्ट अदबीने म्हणाला. मी आधी बघतो ते आहेत का ते! मग त्याने वर फोन लावला आणि विचारलं, इथे एक गृहस्थ तुम्हाला भेटायला आलेत; त्यांना वर पाठवू का? नंतर फोन खाली ठेवत तो हेरोल्डला म्हणाला, सरळ वर जा. खोली नं. एक्केचाळीस.

एक्केचाळीस नंबरच्या दारावर हॅरोल्डने टकटक केलं. आतून शब्द आले, या मिस्टर शेरमन!

आपलं नाव त्यांना कसं कळलं? याचं आश्चर्य करीत हॅरोल्ड आत गेला. आतल्या बेडवर हॅरी लूस आरामात पहुडले होते. बेडजवळ एक खुर्ची ठेवली होती. कोणी येणार आहे म्हणून त्याच्यासाठी ठेवावी, तशी.

बसा. मी तुमची वाटच पाहत होतो, शेरमन! हॅरी म्हणाले. तुम्हाला अर्धा तास उशीरच झाला नाही?

हो. म्हणजे आपण जावं की न जावं, अशा विचारात अर्धा तास घुटमळलो नसतो तर, हॅरोल्ड मनाशी म्हणाला – तर आपण आलो असतो वेळेत! पण वेळेत म्हणजे काय? आपण वेळ थोडीच ठरवली होती हॅरी साहेबांबरोबर?

न राहवून हॅरोल्डने मनातलं सारं सांगून टाकलं आणि विचारलं, माझं नाव तुम्हाला आधीच कसं कळलं? मी इथे येणार हे कसं ठाऊक झालं? आणि मला काहीही करून तुम्हाला भेटावंच, अशी इच्छा तरी का झाली?

क्षणभर हॅरीने हॅरोल्डचं निरीक्षण केलं. मग ते सावकाश म्हणाले, बेटा अपघाताने काही घडलं असं कधीच होत नाही. सारं काही पूर्वनियोजित असतं, आपल्याला ते माहीत नसतं, एवढंच! मनाच्या शक्तीच्या संबंधात मी थोडी फार साधना केलेली आहे. त्यामुळे माझ्या

विचारांनी तुझ्या विचारांचा छेद घेतला आणि तुला मला भेटावंसं वाटतं, हे मला कळलं!

त्या भेटीत दोघे अंतर्मनाच्या शक्तीविषयी आणि त्या संबंधीच्या आपल्या अनुभवांविषयी खूप बोलले. हॅरी लूसने हॅरोल्डच्या भविष्याविषयी काही भाकितंहा केली.

त्यानंतर वीस वर्षांत दोघांची एकमेकांशी गाठभेट झाली नाही. तरी ती भाकितं मात्र खरी ठरली.

आणि एकेदिवशी मिशिगनच्या पोलीस खात्याला एक पत्र लिहिताना हॅरोल्डला काय वाटलं कोण जाणे, त्याने त्यांना विचारलं, तुमच्या खात्यातल्या हॅरी लूस यांचा सध्याचा पत्ता मला मिळू शकेल का?

उलट टपाली कळविण्यात आलं की, हॅरी लूस सेवानिवृत्त झालेत. सध्या कॅलिफोर्नियात राहतात!

हॅरोल्डने हॅरी लूसना पत्र टाकलं. त्याचं उत्तर आलं – लवकरच कॅलिफोर्नियामध्ये आपली भेट होईल.

कॅलिफोर्नियाला जाण्याचा बेत हॅरोल्डने मुळीच ठरवलेला नव्हता. पण अचानक त्याला एक फोन आला की, त्याची एक कथा हॉलीवूडने चित्रपटासाठी निवडली आहे! आणि वाटाघाटीसाठी त्याने कॅलिफोर्नियात हजर व्हावे.

अर्थातच, तिथे पोहोचल्यावर हॅरोल्डने पहिली गोष्ट काय केली असेल तर हॅरींना भेटणं. सत्तरीतले हॅरी आता त्यांच्या आवडीच्या सगळ्याच विषयात चांगले मुरलेले होते.

त्यानंतर शेरमन कुटुंब काही दिवसांसाठी कॅलिफोर्नियातल्या एका हॉटेलमध्ये येऊन राहिलं. त्यांच्या आणि हॅरीच्या भेटी वरचेवर होऊ लागल्या. मात्र आधी ठरवल्याशिवाय कोणी कोणाकडे जात नसत. कारण हॅरी लूसच्या माँटरी पार्कमधल्या घरात आणि हॅरोल्डच्या हॉलीवूडमधल्या हॉटेलात, तब्बल तासाभराच्या ड्रायव्हिंगचं अंतर होतं.

आणि असं असतानाही एकदा हॅरोल्ड आपल्या बायकोमुलींबरोबर बाहेर जाऊन परत आला, तेव्हा डेस्क क्लार्कने त्याला सांगितलं, दुपारी तुमच्याकडे हॅरी लूस नावाचे गृहस्थ येऊन गेले. पुढच्या रविवारी परत येईन, म्हणाले.

हॅरी येऊन त्यांची फेरी फुकट गेली याचं हॅरोल्डला फार वाईट वाटलं.

त्याने हॅरींना फोन केला आणि सांगितलं, सॉरी, आज तुम्ही येऊन गेलात आणि नेमके आम्ही घरी नव्हतो. पण रविवारी मात्र नक्की...

हॅरी त्याला थांबवत म्हणाले, हे बघ तुझा काहीतरी गैरसमज झालाय. मी दुपारी तुमच्याकडे आलो नव्हतो. मी आज दिवसभरात घराच्या बाहेरच पडलो नाही.

हॅरोल्ड चकित झाला. डेस्क क्लार्कचा नक्कीच काहीतरी गैरसमज झाला होता! हॅरी आले तर रविवारी यायचे. तेव्हा हा डेस्क क्लार्क रजेवर असायचा. म्हणून त्याने त्याला कधीच पाहिलेलं नव्हतं. तेव्हा गैरसमजाची शक्यताही होतीच.

पण हॅरोल्डने विचारल्यावरून डेस्क क्लार्कने जे वर्णन केलं. ते हॅरीशी तंतोतंत जुळणारं होतं. कपडे मात्र, त्यांचा नेहमीचा संडे सूट नसून, घरात घालण्याचे होते. हॅरी म्हणे, अगदी सावकाश, बोलायला त्रास पडत असावा तसे बोलत होते. म्हणजे तोंडात दाताची कवळी असावी आणि ती सैल होऊन केव्हाही खाली पडेल याची चिंता वाटत असल्यामुळे सांभाळून बोलावं तसं. डेस्क क्लार्क म्हणाला की, त्यानं एकट्यानंच नाही, तर मॅनेजर्स, ऑफिसमध्ये काम करणाऱ्या क्रॉफर्डबाईनं पण त्या म्हाताऱ्याला पाहिलेलं होतं! काहीतरी विचित्रच वाटला खरा तो! क्रॉफर्डबाई म्हणाल्या, तो येताना दिसला नाही. एकदम काउंटरशीच दिसला.

हॅरोल्डने हॅरींना परत फोन केला. इथल्या दोघांनी तुमचं बरोबर वर्णन केलं. फक्त कपडे अमुकअमुक होते!

तेच कपडे आज दिवसभर अंगात आहेत माझ्या! –हॅरी नाराजीच्या सुरात म्हणाले.

हे कसं झालं असेल? – हॅरोल्डने विचारलं, तुम्हाला काय वाटतं?

फोनवर नाही सांगता येणार. हॅरी म्हणाले, रविवारी भेटू तेव्हा बोलू. पण तोवर याविषयी कोणाकडे बोलू नकोस....

रविवारी हॅरोल्ड आणि त्याची पत्नी हॅरीकडे गेली, तेव्हा हॅरी म्हणाले – मला वाटतं आजवर मी दडवून ठेवलेलं गुपित कोणाला तरी सांगायची वेळ आलीय! तुमचा विश्वास बसायचा नाही – पण सांगतो ते ऐका!

गेली काही वर्षं मी ही साधना करत आलोय! शरीरातून आपला इच्छादेह बाहेर काढायचा आणि काही व्यक्ती, काही स्थळं, यांना भेट

देऊन परत यायचं! तोवर कोणालाही या समाधीचा भंग करू न देता मूळ शरीर तसंच ठेवावं लागतं नाहीतर भयंकर परिणाम होतात... माझ्या अचेतन शरीराची काळजी माझी पत्नी स्वत: घेते....

आजवर मी स्वत:ला हवं तेव्हा देहातून बाहेर पडत असे, देहात परत येत असे; पण परवा माझ्या नकळत तुमचा विचार करीत झोपलो असताना हे झालं. झोपेतून उठल्यावर मला त्याची आठवणही नव्हती. हे वाईट! – कारण याचा अर्थ, आता मला नको असलं तरीही हे घडणार! सिद्धी आपल्याला वश हवी – आपण सिद्धीच्या अंकित असता कामा नये!

हॅरी लूसच्या इच्छेनुसार, त्यांच्या मृत्यूनंतरच हॅरोल्ड शेरमननं या प्रकाराला प्रसिद्धी दिली. तीही डेस्क क्लार्क आणि मिसेस क्रॉफर्ड यांच्या सहीच्या साक्षीपत्रासकट, हॅरोल्ड शेरमनचा अतिद्रिंय गोष्टींचा, पराशक्तीचा अभ्यास होता. साधना होती. तिबेटमधल्या लामांना देह इच्छेनुसार सोडून जाण्याची विद्या अवगत होती, हे त्याला माहीत होतं. भारतातल्या काही साधकांविषयीही त्याने ऐकलेलं होतं.

दुर्दैवाने भारतामध्ये मात्र अजूनही मानसिक शक्तीचा सांगोपांग अभ्यास झालेला नाही. पूर्वी या विषयात आपल्याकडे जे लिहून ठेवलेलं आहे, त्याच्याकडे आपण आज ढुंकूनही पाहत नाही!

आणि पाहणार तरी कसं? – हे ज्ञान जेव्हा अमेरिका आणि रशिया परिपूर्णावस्थेला नेईल, तेव्हाच आपण आपले शास्त्रज्ञ या विषयाच्या शिक्षणासाठी तिकडे पाठवू! –तोवर आपल्या ग्रंथांचं परिशीलन आपल्याच देशात करणं हे मागासलेपणाचं नाही का?

आज तरी मानसिक शक्तीचा कणभरही अभ्यास आपण करीत नाही. आपल्या मनाच्या खऱ्या शक्तीच्या एक टक्कासुद्धा शक्ती आपण वापरत नाही. कारण आपलं सारं लक्ष केंद्रित झालेलं आहे ते शारीरिक विज्ञानात! विज्ञान म्हणजे डोळ्यांना दिसतं आणि कानांना ऐकू येतं तेवढंच, अशी आपली जोवर गाढ श्रद्धा आहे तोवर विज्ञानाची आणखी कितीतरी दालनं बंदच राहणार!

अखेर अंधश्रद्धा वाईटच! मग ती विज्ञानावर का असेना!

◆

कॅन्सर हा अजूनही असाध्य आजार मानला जातो. त्याच्यावर उपाय शोधण्यासाठी संशोधक रात्रंदिवस झटताहेत, काही प्रमाणात यशस्वी होताहेत, तरीदेखील!

कॅन्सरच्या एका पेशंटची ही कहाणी – म्हटलं तर, प्रेमकहाणी. तशी अलीकडचीच. गेल्या वीस-पंचवीस वर्षांतली. लिम्फोग्रॅन्युलोमॅटोसिस असं अगडबंब वैद्यकीय नाव असलेल्या या, प्लीहा आणि यकृत यांच्याशी संबंधित कर्करोगाचं सोपं नाव, हॉजकीन्स डिसीज. अगदी अलीकडे यावर क्ष-किरणांचे उपचार आणि केमोथेरपी सापडलेली आहे. त्यामुळे रोगी काही प्रमाणात, तर काही संपूर्ण बरेदेखील होतात. पण पंचवीस वर्षांपूर्वीची परिस्थिती वेगळी होती. तेव्हाची ही कहाणी.

गनार मॅटसन (जन्म : १९३७) हा फिनलंडमधल्या एका बोटीचा

सहा महिन्यांची सोबतीण

कप्तानाचा मुलगा. त्यानं पंधराव्या वर्षी शाळा सोडली. पण स्टाइनबेकची 'ऑफ माइस ॲन्ड मेन' वाचून त्याला कादंबरी लेखनाची स्फूर्ती झाली आणि विशीतच तो लिहू लागला. एका नामवंत फिनिश वृत्तपत्रात तो वार्ताहर म्हणून ६३ साली नोकरीला लागला (आज तो त्या पत्राचा संपादक आहे.) पुढल्याच वर्षी त्यानं लॅपिटिप, नावाची एक कादंबरी लिहिली, ती बेस्ट-सेलर ठरली आणि तो लेखक म्हणून गाजू लागला.

लॅपिटिप या नर्मविनोदी कादंबरीत, एका विधुराची आपल्या दोन मुलांचा सांभाळ करताना उडणारी तिरपीट दाखवलेली होती. कादंबरी पूर्णपणे काल्पनिक, पण इतकी प्रत्ययकारी वठली होती, की, गनार स्वत:च तो विधुर नायक आहे, या कल्पनेने अनेक तरुणी त्याला पत्र लिहून त्याच्याशी लग्न करायची तयारी दाखवू लागल्या. गनार देखणा होता. पैसेवाला होण्याची शक्यता होती आणि आता तरुणींची पत्रं...बेटा हवेतूनच चालायला लागला. त्यानं ठरवून टाकलं, एखादी गोड छोकरी

पटवायची (हं, ती आईला मात्र पसंत पडायला हवी), तिच्यावर जीव तोडून प्रेम करायचं, तिच्यासाठी एक छोटं बेटच खरेदी करायचं आणि त्या बेटावर अर्थातच, कादंबऱ्या लिहीत आरामात जन्म घालवायचा!

आपली कल्पना प्रत्यक्षात आणण्यासाठी गनार तरुण मुली भेटतील, अशा प्रत्येक ठिकाणी नेमानं जायचा! असाच तो एकदा कॉलेज डान्सला गेला असताना, त्याला त्याच्या स्वप्नातली राजकुमारी दिसली. गोरी, उंच, शिडशिडीत. नाचात भाग न घेता नुसतीच एका भिंतीशी हिरमुसल्यागत बसलेली. त्यानं तिला आपल्यासोबत नाचायला घेतलं, पण तिचं जणू नाचाकडे लक्षच नव्हतं. जोडीदारामागून ती कसेबसे पाय फरफटवत होती, इतकंच. गनार हसत-हसत बोलत होता, पण ती दुर्मुखलेलीच राहिली. त्यानं तिला एक परीकथा सांगायला सुरुवात केली...पण ती त्याला सोडून धावतच बाथरूममध्ये गेली. तिला उलटी झाली.

परतल्यावर ती 'सॉरी' म्हणाली. त्यानं तिला नर्सेस डॉर्मिटरीमध्ये सोडलं. (ती आईवडिलांवेगळी, इतर नर्सेसबरोबर राहायची. नुकतंच तिचं ट्रेनिंग पुरं झालं होतं.) तिनं आपल्यासारख्या विख्यात लेखकामध्ये काहीच इंटरेस्ट घेऊ नये, याविषयी खट्टू होऊनच गनार नाचाच्या ठिकाणी परतला.

या वेळी तिथे त्याला आणखी एक नर्स भेटली-पिरजो. हीही चांगलीच आकर्षक होती. शिवाय ती त्याला यशस्वी लेखक म्हणून ओळखत होती. त्याला नुकत्याच भेटलेल्या राजकुमारीलाही ती ओळखत होती.

बिच्चारी – पिरजो म्हणाली. आजारी असते ती! हॉजकिन्स डिसीज झालाय तिला. जेमतेम सहा महिन्यांची सोबतीण आहे ती!

आता त्या मुलीच्या मघाच्या विचित्र वागण्याचा गनारला उलगडा झाला. तिचा विचारच डोक्यातून काढून टाकायचा, असं त्यानं ठरवलं. दुसऱ्या दिवशी पिरजोला बीचवर भेटायचंसुद्धा त्यानं कबूल करून टाकलं.

बीचवर, इतर नर्सेसबरोबर त्याची राजकुमारीसुद्धा आली होती. सगळ्या वेळात एकदाच ती हसली, पण ते हसणंही पोकळ होतं. पाणी फार थंड होतं. पण ती एकटीच पाण्यात शिरली. नंतर म्हणाली, थंड पाण्यानं हुडहुडी भरते. पण माझ्या खाजणाऱ्या अंगाला जरा बरं वाटतं! ती वाळूत पसरली तेव्हा तो तिला न्याहाळत राहिला. बीचवरच्या

इतर मुलींपेक्षा ती किती वेगळी वाटत होती. तिचं बोलणंही किती निस्तेज होतं! एकदाच – फक्त एकदाच – लहान मुलांचा विषय निघाला, तेव्हा तिच्या डोळ्यात एक चमक आली. पण तिला मुलांचा विचार करून काय उपयोग होता? जिथं स्वत:च्याच जगण्याची हमी नव्हती तिथं-

कोण जाणे का, पण तिच्या हाताला स्पर्श करावा, अशी तीव्र इच्छा गनारला झाली. त्यानं आपला हात तिच्या दिशेनं सरकवला देखील, पण वेळीच मोह आवरला. तिला परत कधीच भेटायचं नाही, असं ठरवून तो निघाला. जाता-जाता वळून तिच्याकडे बघावं, असं वाटत असतानाही त्यानं तसं केलं नाही. कदाचित, पिरजो बरोबर असल्यामुळे.

आणि तरीही, दुसऱ्याच दिवशी गनारनं तिला, समुद्रावर येतेस का, असं विचारलं. ती हो म्हणाली. नाखुशीनं नव्हे, उदासीनतेनं. या उदासीनतेपेक्षा तिचा खोटा उत्साह परवडला असता.

तेवीस वर्षांची ती मुलगी सव्वीस वर्षांच्या गनारला आपल्यापेक्षाही प्रौढ वाटली. या खेपेला मात्र त्याने तिचा हात स्वत:हून धरला. भाजल्यासारखं झालं. नको इतक्या गरव्यानं? कोण जाणे! पण हाताला चटका बसला, एवढं खरं! अनेक गोष्टींवर गनार बोलत होता. पण तेही तिच्या आजाराचा विषय टाळून. एवढ्या मोठ्या आजारावर बोलणार तरी काय? ते काय पाय मोडला, बोट तुटलं, असं होतं?

तुला सगळं कळत असूनही...माझी कीव येते, म्हणून तू असं वागतोस–होय ना?

कधीतरी ती हा विषय काढणार. हे त्याला ठाऊकच होतं. पण उत्तर त्याच्याजवळ तयार नव्हतं. काय सांगावं, याचा विचार करण्यात इतका वेळ गेला, की मग बोलावंसच वाटेना. त्यानं नुसतेच तिचे हात हातात घेतले... आताही चटका बसलाच! पण हात नक्की गारच होते. त्यानं तिला, आपल्या हातांची ऊब देण्याचा प्रयत्न केला.

दुपारचं जेवण दोघांनी एकत्रच घेतलं. नंतर तो तिला रेडिओथेरपी क्लिनिकवर घेऊन गेला. तुझे उपचार होईपर्यंत थांबतो, म्हणाला. पण ती लगेच बाहेर आली. झालं एवढ्यात? त्याने विचारलं. अंहं – ती म्हणाली – आज ट्रीटमेंट नाही करता येणार. माझं टेंपरेचर वाढलंय.

डॉक्टर काय म्हणतात? एकदाचं ऑपरेशन नाही का करून

टाकता येत?

नाही ना! माझ्या सगळ्या ग्रंथींमध्ये रोग पसरलाय. कुठं-कुठं म्हणून कापणार? माझ्या लक्षात आलं तेच फार उशिरा.

कधी आलं?

तीन वर्षांपूर्वी. ताप यायचा. मी झोपून राहायचे. मग सगळं अंग खाजायला लागलं. रक्त तपासलं तर सेडिमेंटेशन रेट (लाल पेशी टेस्ट ट्यूबच्या तळाशी जाण्याचं मान) बावीस होता. दोन आठवड्यात तो चव्वेचाळीस झाला. माझ्या घशातून नमुना घेतला. मला वाटलं टीबी असेल! पण एवढं कुठलं नशीब?

ती दोघे क्लिनिकमधून बाहेर पडली. त्याने तिला डॉर्मिटरीवर सोडलं.

संध्याकाळी तिला फोन करावा, असं त्याच्या मनात आलं. पण त्याने स्वतःला आवरलं. आपण तिची कीव करतोय, असंच तिला वाटणार! - त्यानं ती अधिक दुखावेल! आपल्या स्वप्नातली आदर्श सहचरी ही नव्हे- त्यानं आपल्या मनाला समजावलं. हिचा आजार आपल्याला सहन होणार नाही. सुजलेले हात, शरीरावरची पिवळट झाक, -ही मुलगी चक्क मरणाच्या सावलीत जगते आहे!

तरीही, दुसऱ्या दिवशी त्याने तिला फोन केलाच! आज संध्याकाळी भेटू या, असा. ती नाही म्हणेल, अशी त्याला आशा होती. म्हणजे संबंध तिच्या बाजूनंच तुटला असता. पण ती, 'हो', म्हणाली. त्याचा किंचित विरस झाला. तरीही तो फुलांचा गुच्छ घेऊन तिला भेटायला गेला. आजारी माणसाला भेटायला जातोय, बस, दुसरं काही नाही, असं स्वतःला बजावीत.

ती दाराकडे डोळे लावून पडली होती. उठून केसदेखील सारखे करण्याची शक्ती तिच्यात राहिलेली नव्हती. तिला माणसाची सोबत हवीच होती, फार-फार हवी होती, पण कुणी आपल्याजवळ यावं, यासाठी काहीही करायची तिची तयारी नव्हती. गनारदेखील आपल्या अवताराला भिऊन दूर गेला तर बरंच आहे! पण त्याची ती कादंबरी...मुलांना जन्म देऊन मरून गेलेली माता...मला मुलं हवीत...मग मरणाची भीती नाही....

त्याला पाहिल्यावर ती उठली आणि चहा करू लागली. गॅसवर

वाकलेली तिच्या शरीराची धनुकली पाहून त्याला तिचा आजार किती पुढं गेलाय, हे परत एकदा जाणवलं. तिच्या व्यक्तिमत्त्वाचा, जणू एक भाग गोठत चालला होता आणि दुसरा त्याच वेळी वितळत होता...काय होत असेल तिला कोण जाणे! इतक्या तरुण वयात मरणाला सामोरं जाणाऱ्या मुलीच्या भावना काय असतील?

– ती बिछान्यावर पडली, तेव्हा तोही तिच्या शेजारी जाऊन झोपला. दोघांनाही खूप बोलायचं होतं. पण ती दोघं गप्पच पडून राहिली. न बोलता, न हलता, असं पडून राहणं खूप सुखाचं होतं. हळूहळू त्याच्या डोळ्यांवर झापड आली. खाज आल्यामुळे ती हुंकारली. त्यानं झोपेतच वळून तिचं चुंबन घेतलं. ती रडतेय असं लक्षात येऊन तो जागा झाला. त्यानं पुन्हा-पुन्हा तिची चुंबनं घेतली. त्यात उत्कटता होती, पण वासना नव्हती. करुणाही नव्हती. आता तो तिच्या इतका जवळ जाऊन पोहोचला होता, की तिची कीव करणं हे स्वतःचीच कीव करण्यासारखं झालं असतं.

त्या रात्री कितीतरी नवीन गोष्टी त्याच्या लक्षात आल्या. शरीर आजारी असलं, की साहजिकच मनही तळमळतं; पण आपल्या आजाराखेरीज दुसऱ्या कशाचाच विचार न करणाऱ्या माणसाचं जग संकुचित होतं, विकृत होतं. मरणाचा साक्षात्कार झालेल्या माणसाचं मात्र तसं नसतं. त्याचं जग विस्तारतं, कारण त्याच्या आत्म्याला नवीन नजर फुटलेली असते. आपल्याला मरण येणार, हे सगळ्याच माणसांना ठाऊक असतं, ती म्हणाली. पण ते जीवनाचं अंतिम उद्दिष्ट आहे, हे त्यांच्या लक्षात येत नाही. मी हे लक्षात घेतलंय. आता सगळं स्पष्ट झालंय. पूर्वी मी इतरांसारखीच, पुढल्या योजना करायची. आता मी चालू क्षण जगायला शिकलेय - त्यात जमेल तेवढी मजा करून घ्यायची, असं मी ठरवलंय. मात्र उद्या काय होईल, ते होईल! अगदीच वेदना होत नसतील, तेव्हा मी मजेत राहू शकते. दुःख कसलं? कशाची वाट पाहणं नाही, की पुढल्या लाभाची अपेक्षा नाही. मग आनंदच सगळा, खरं ना?

तिला मरणाची भीती राहिलेली नव्हती. मत्सर, लोभ, असल्या क्षुद्र भावना सोडून ती आता शरीरानं नव्हे, तर आत्म्यानं जगायला लागली होती. खरं जगणं ते हेच, असं, तिच्याकडे बघून त्यालाही वाटायला

लागलं होतं. या जगण्यात निराशा नव्हती. आशा होती. ट्रीटमेंटपेक्षा या आशेनंच तिला जिवंत ठेवलं होतं.

दुसऱ्या दिवशी गनारनं पेपर चाळला आणि काही फोन केले. मग तिच्याकडे जाऊन तिला सांगितलं – मी एक, दोन खोल्यांची जागा बुक केलीये. सहाशे स्क्वेअर फीट, बाथरूम अ‍ॅटॅच्ड.

कशासाठी? – त्याच्या गालाचा मुका घेत तिनं विचारलं.

आपण लग्न करायचं, तर त्यासाठी स्वत:ची जागा नको? - तो म्हणाला.

वेडा! मला विचारल्याशिवाय लग्न ठरवून मोकळा झालास?

आत्ता विचारतो. तो म्हणाला. मी दिसायला बरा आहे. डिस्कशन्समध्ये भाग घेतो. शाळेतून पहिला आलोय. ट्रॅफिक रुल्स मला पाठ आहेत. मग-करशील माझ्याशी लग्न?

ती अचानक गंभीर झाली. तू जा पाहू इथून. ती म्हणाली.

जाणार तर आहेच. तो खाली बसून म्हणाला. – पण त्याआधी आपल्या लग्नाची तारीख पक्की करू या. किती दिवसांची नोटीस हवी? – एक आठवड्याची?

ती ऐकत नव्हती. अंथरुणात डोकं खुपसूनच पडली होती. गनार स्तब्ध उभा होता. काही वेळानं तो उठला आणि निघून जाणार, इतक्यात त्याच्या कानावर शब्द आले – कपडे आहेत माझ्याजवळ. थोडंसं रोजच्या वापराचं सामान घ्यावे लागेल – आणि पाच दहा भांडी!

त्यानं बिछान्यावर वाकून तिचा चेहरा हातात घेतला आणि हलकेच तिचं चुंबन घेतलं.

मला एक वचन दे – ती म्हणाली.

दिलं. तो म्हणाला. त्याला वाटत होतं की, ती म्हणेल – मला कधीच विसरायचं नाहीस. मग आपण सरळपणे म्हणू – त्यात काय कठीण आहे?

पण तिनं फारच वेगळं मागितलं. ती म्हणाली – मी गेल्यावर तू दु:खी व्हायला नकोस, म्हणून आत्ताच मला वचन दे- की तू कधीही माझ्यावर मनापासून प्रेम करणार नाहीस!

दुसऱ्या दिवशी संध्याकाळी गनार तिला भेटला, तेव्हा ती फारच

गळून गेली होती. ''बाळाला आई-बाप दोन्ही हवीत. ती मिळणार नसतील तर मुलाला जन्म देणं हाच गुन्हा आहे!'' ती म्हणाली. ''पण तुम्ही बाळाचा बाप आणि आई दोन्ही व्हाल...नाही का? मी वाचलंय तुमचं पुस्तक! त्यात आईची माया जाणवते!''

गनारने तिला जवळ घेतलं. पण काही केल्या मरणाचे विचार तिच्या डोक्यातून जाईनात. त्याच्या मिठीतून घसरून ती जमिनीवर पसरली. ''पाऊस पडतोय बाहेर-थांबतच नाहीये. गनार- मला जवळ घे – अगदी घट्ट!'' ती म्हणाली.

त्यानं तिला घट्ट कवटाळलं. आपलं बेटावर एकत्र राहण्याचं स्वप्न तिला सांगावं, असं त्याला फार वाटलं. पण काय उपयोग होता?...ती फार काळ जगणारच नव्हती...

एकसारखा पाऊस काय रे पडतो?– ती फुरंगटली.

त्यानं तिला हलकेच उचलून बिछान्यावर ठेवलं. खिडकी उघडली. बाहेर सगळं कोरडंठाक होतं. आठवडाभरात टिपूसभरसुद्धा पाऊस पडलेला नव्हता.

अशी खूप वेळा ती स्वत:मध्ये हरवून जायची. तो समोर असला, तरी ती एकटीच असायची. तोही जाणूनबुजून तिला तिच्या निराशेत तासभर तरी सोडायचा. त्याला ते नैसर्गिक वाटायचं. एकदम फार आशा दाखवणं नंतर कठीण जाईल, असा काहीतरी विचार यामागे असावा. तीदेखील त्या रडारडीनंतर अधिक निग्रही व्हायची. हळूहळू तिच्या निराशेच्या 'अटॅक'चा वेळ कमी-कमी व्हायला लागला. कधी-कधी आठवड्या-आठवड्यात एकदासुद्धा तिला वाईट वाटेनासं झालं. हळूहळू ती आपल्या दु:खाकडे अधिक तटस्थपणे पाहू लागली होती. शिवाय ट्रीटमेंट घेण्यात ती फारच व्यवस्थित होती.

गनारच्या मनात आलं, कॅन्सरशी झगडणाऱ्या एखाद्या व्यक्तीच्या लढ्यावर पुस्तक लिहावं. एखाद्या लोकप्रिय लेखकाने असं आशावादी पुस्तक लिहिलं, तर बऱ्याच पेशंटस्‌ना त्यामुळे धीर येईल. त्याने तिला आपली कल्पना सांगितली. तिला ती आवडली.

माझ्या नात्यातल्या माणसांनाही मग थोडी आशा वाटेल. आता ते समजतात की, मला अगदी मृत्युदंडाची शिक्षा झालीये!

मग?- नाही झालीये का? त्याने मोकळेपणाने विचारलं.

झालीये. पण मला आपलं वाटतं की, त्यांनी माझ्याशी नॉर्मल वागावं.

हेही खरंच होतं.

दोघांचं लग्न लागलं. त्याच्या आईला ते फारसं पसंत नव्हतं. पण ती नापसंती तात्पुरतीच. ती लग्नाला आली. सुनेच्या प्रेमात पडली.

एके दिवशी पिरजो आली. ती नेहमीसारखीच सेक्सी दिसत होती. गनारला म्हणाली- काय, ओळख आहे का?

त्याच्या लक्षात आलं, हिच्या मनात काहीतरी आहे! तिनं एक पाय दुसऱ्या पायावर टाकला. त्यानं हे पाहिलं, हे नजरेनं टिपून घेतलं. अंग मागे झोकलं. ओठ थरथरावले.

क्षणभर त्याचं भान हरपलं. वासनेला कढ आला. ते ओळखून ती त्याच्या जवळ आली. पण त्याचा संयम परतला. त्यानं तिला दूर ढकललं. ती खाली पडली. मग चवताळून उठली. "वेडा झालायस तू त्या रोगडीपायी. पण ती जगणार नाही. हॉजकिन्स केसीस मी पाहिल्यायत – हालहाल होऊन मरतात!"

त्यानं सिगरेट पेटवली. तुला राग आला अन् तुझा चेहरा लालभडक झाला. तो म्हणाला, हेच शरीर अन् मन यांचं नातं! मन नेहमीच शरीरावर विजय मिळवतं.

असेल-मग?

राजकुमारी याचंच उदाहरण घालून देणारेय... गनार म्हणाला. "घर, संसार, वेगळं वातावरण-आणि मुख्य म्हणजे प्रेम...या सगळ्यानं तिचं शरीर बदलतंय. तिला नवरा हवाय-मूल हवंय."

हॉजकिन पेशंटसना मुलं होत नाहीत. दिवस गेले तरी तरी तिला गर्भपात करावा लागेल."

आमच्या मुलांचा फोटो पाठवीन तुला. त्यानं सांगितलं आणि तिच्या मागे दरवाजा लावून घेतला.

एके दिवशी ती ट्रीटमेंटहून परत आली, ती फारच थकून. आवाजही पुरताच खोल गेला होता. त्याच्या मनात नाही-नाही ते विचार आले. तिच्या डोळ्यातली चमक पुरतीच गेली होती. मान खाली गेली होती. तो घाबरून गेला.

मग, कसं कोण जाणे, त्यानं एकदम तिचं चुंबन घेतलं आणि तो

वेड्यासारखा बोलत सुटला. उद्या काय करायचं, याबद्दल.

हळूहळू तिचे ओठ विलग झाले. हसण्यासाठी की रडण्यासाठी, कोण जाणे!

उद्या पिकनिकला जाऊ या आपण. ती अखेरीस म्हणाली.

सँडविचेस आणि कॉफी नेऊ या.

तुम्ही गोष्टी सांगाल?- प्रेमकथा? सुखान्त गोष्टी?

रग्गड!

ती हसली- दोघं मिठीत सामावली. जणू एकमेकांचं संरक्षण करण्यासाठी.

त्या रात्री ती अस्वस्थपणे बिछान्यात उठून बसली. गोळी घे, तो म्हणाला. पण ती इतकी थकली होती, की गोळ्यांची गरजच नव्हती.

तो उठला. बाथरूममध्ये गेला. मग किचनमध्ये त्याच दिवशी विकत घेतलेल्या फ्रिजशी खुडबुड करून आला.

कुठं गेला होतास, मला सोडून?

इथंच तर होतो – त्यानं तिला जवळ घेतलं. मग म्हणाला – गोळ्या न घेऊन चालायचं नाही. मूलबिल झालं म्हणजे –?

मला हवंच आहे मूल. ती म्हणाली.

शेवटी त्यांनी काळजीबिळजी पार गुंडाळून ठेवली. सुखाची लाट पांघरून ती दोघं झोपली. जगापलीकडच्या एका धुंदीत.

सलग सहा तास ती झोपली. कित्येक महिन्यात तिला अशी गाढ झोप लागलेली नव्हती. उठली, तेव्हा तिच्यात भलताच उत्साह संचारला होता. चला- आपण पार्कमध्ये जाऊ या. ती त्याला म्हणाली.

पार्कमध्ये? वेडाबाई – मला आता कामावर जायला हवं.

तिनं त्याला वेडावलं. मग ती आरशासमोर उभी राहिली. काय अवतार झालाय माझा! आज पार्लरमध्ये जायला हवं! ती उद्गारली.

त्या दिवसापासून ती ब्युटी पार्लरमध्ये जायला लागली, मण्यांच्या माळा आणि रंगीत ड्रेसेस घेऊन यायला लागली आणि चक्क पर्फ्यूमसुद्धा वापरायला लागली.

गनार आता लेखनात स्थिरस्थावर झाला होता. घरात बऱ्यापैकी पैसा येत होता. त्याच्या राजकुमारीला दिवस गेले होते.

एके दिवशी ती पिशवीभर लॉलीपॉप्स घेऊन आली. हे कुणासाठी?, त्यानं विचारलं. माझ्यासाठी – ती म्हणाली. मला खावीशी वाटतात.

तिला काय काय खावंसं वाटायचं! कोबी, गाजरं – पूर्वी तसलं काही तिला नजरेसमोर नको असायचं. एकदा तो एका गावी रिपोर्टींगसाठी गेला होता. तिची आठवण काढत-काढत आपण गाजर खातोय असं त्याच्या लक्षात आलं. त्यानं तिला तार पाठवली. आय लव्ह यू.

तसं म्हटलं तर दिवस गेल्यापासून तिच्या ओकाऱ्या न खाज, दोन्ही वाढलं होतं. याचं एक कारण, तिने काही औषधं थांबवली होती. का, तर म्हणे बाळाला त्या औषधांनी काही झालं तर –! माझं काहीही होऊ दे. पण तो निरोगी जन्मायला हवा!

डॉक्टरांचा सल्ला तिला घ्यायचा नव्हता. कारण ते गर्भपात करायला सांगतील. या भीतीनं तिनं आपलं गर्भारपणच त्यांना कळू दिलं नव्हतं.

गनारनं एका डॉक्टरला गुपचूप सांगून ठेवलं होतं – रूटिन चेकअपमध्ये गर्भारपणाकडेही लक्ष द्यायला. "आम्हाला मूल हवंय – पण तिच्या जिवाशी खेळून नव्हे, अशी ताकीद दिली होती.

डॉक्टर म्हणाले – तिचे ब्लड काउंट वाईट आहेत! पण तुमची श्रद्धा, तुमची आशा पाहिली की मला काही बोलताच येत नाही!

एके दिवशी गनार स्वतःच लॉलीपॉप्सची पिशवी घेऊन आला. पण तिच्या अंगाला एवढी खाज सुटली होती की तिच्यानं काही बोलवतच नव्हतं.

मध्यरात्री, थोड्या अंतरावरच्या तिच्या बिछान्यातून आवाज आला – गनी मला गुडनाइट किस् दे ना.

त्याने झोपल्याचा बहाणा केला.

ए-दे ना!

त्याला उठायचं नव्हतं. पण ती परत मागणार नाही आणि ते आपल्या मनाला लागून राहील म्हणून, तो उठला आणि त्यानं तिला चुंबन दिलं.

ग्रेट-ए-परत दे ना! – ती मागेच लागली.

एवढं ग्रेट काय होतं त्यात?

सांगू? हा लहान मुलाचा पापा होता. ती म्हणाली – आईला दिलेला पापा. आणखी थोड्या महिन्यांनी तो मला असाच पापा देईल! डार्लिंग- मी आई होणारेय. माझ्या शरीरात बाळ आहे! – बघ ना, मिठी मारून बघ!

त्यानं दिवा लावून, पाहिलं. तिचा चेहरा विलक्षण फुलला होता. डोळ्यात ज्योती पेटल्या होत्या. त्यानं पुन: पुन्हा तिचं चुंबन घेतलं. भक्तानं देवीच्या चरणाचं घ्यावं, तसं.

ती गाढ झोपी गेली, तरी किती तरी वेळ तो पाहत राहिला. तिच्यावर थोडं मांस आलं होतं, पण हातांची सूज गेली होती आणि अलीकडे तिच्या शरीरात येणाऱ्या गुठळ्याही कमी झाल्या होत्या.

आणि अचानक एके दिवशी ती नि:स्तब्ध पडून राहिली. कुणाची तरी चाहूल गुपचूप पकडून ठेवावी, तशी. कसली तरी हालचाल आली, गेलीही.

उभं राहून पाहूया – हालचाल आहे की नाही ते.

एकदम उभी राहिल्यामुळं तिला भोवळ आल्यासारखं झालं. पण वेदनेची जागा क्षणात आनंदानं घेतली.

तो तिच्या शेजारी बसला. तिच्या डोळ्यातनं आसवं वाहात होती.

विलक्षण आहे – मला समजावून सांगताच येत नाही. ती म्हणाली.

– पण मला समजतंय!

खरंच?

खरंच. मला कळलंय की या नव्या जिवासाठी तू आपला जीवसुद्धा द्यायला तयार झालीयेस.

त्या क्षणी ती फार सुंदर दिसत होती. एक नवीन शक्ती संचारली होती तिच्यात. तिचा एक जीव, दोन जिवांचा झाला होता.

मरणाला तोंड देण्याची हीच खरी रीत होती. जन्म देणं. काही संपून जाणार आहे असं वाटत असतानाच, नवीन कशाची तरी सुरुवात करणं – ग्रेट!

गनारची, प्रेम या गोष्टीवर पहिल्यापासूनच भिस्त होती. तरीसुद्धा एवढ्या जबरदस्त आजाराशी प्रेम झुंज देऊ शकेल, याची त्याला खातरी नव्हती. त्याच्या बायकोला वेदना व्हायच्या. सकाळी उलट्यासुद्धा व्हायच्या, पण पहिल्यापेक्षा तिची तब्येत आता खूपच बरी होती!

एके दिवशी तो बाहेरून आला तर ती पाठीवर निजून, आपल्या पोटाशी खिदळत बसलेली दिसली. ते माझ्याशी बोलतंय, ती म्हणाली. बघ हां- ए, मुलगी असलीस तर उजवीकडे पाय मारायचा आणि मुलगा असलास तर डावीकडे- समजलं?

गनार खूप वेळ धीर धरून ऐकत बसला. पंधरा मिनिटांनी डावीकडे हालचाल जाणवली. मुलगा आहे म्हणतोय! तो म्हणाला.

दोघंही-हसली. तिच्या डोळ्यात एक नवीन तेज जाणवत होतं. त्या तेजानं आजाराच्या सगळ्या सावल्या जळून गेल्या होत्या.

एकदा दोघं लांबवर फिरायला गेली. तिथे एक सैनिकाचं स्मारक होतं. तिला त्याच्यावरचा मजकूर घडान्घडा पाठ होता. त्याला नवल वाटलं. मग उलगडा झाला. शेजारीच मुलांचा पार्क होता. बाईसाहेब या स्मारकाशी बसून, खेळणाऱ्या मुलांकडे तासचे तास पाहत बसत असल्या पाहिजेत. एकदा संध्याकाळच्या वेळी त्याने तिला भिंतीकडे तोंड करून रडत पडलेली पाहिली. बऱ्याच दिवसांनी तिच्या ओठांशी दुःखाच्या सुरकुत्या दिसत होत्या. ट्युमर कुठेतरी नव्याने वाढतोय, असं तिच्या लक्षात आलं होतं. शिवाय थकवा – आणि छातीत, पोटात, सगळीकडेच वेदना उठत होत्या.

तिला स्वतःची तेवढीशी काळजी वाटत नव्हती. पण आजार बाळाच्या जवळपास सरकत होता. नर्स म्हणून तिला स्वतःला समजत होतं की, आजाराच्या या अवस्थेत रेडिएशन ट्रीटमेंट घ्यायलाच हवी. पण तीन आठवड्यांची ट्रीटमेंट म्हणजे पस्तीसशे रेडिएशन युनिट्स – एवढी बाळाला कशी झेपतील? डॉक्टरांना विचारण्यात काही अर्थच नव्हता. त्यांनी पूर्वीच गर्भपाताचा सल्ला दिलेला होता...

गनार स्वतःलाच दोष देत बसून राहिला. काय करून बसलो आपण हे? मनाचा शरीरावर ताबा असतो. पण त्याचा एवढा अंत बघायचा?

थोड्या वेळानं ती शरीरावर हात फिरवत म्हणाली – गाठीसारखं लागतंय.

नवीन गाठी? – तो धास्तावला.

अंहं – हे त्याचे हात आहेत! ते लागताहेत गाठीसारखे!...लाथा मारणं सोडून दिलंय आता राजश्रींनी. दार ठोठावताहेत – कधी येऊ विचारताहेत!

झालं. भीतीबिती नाहीशी! परत आनंद! बाहेरचे आवाज आता क्रूर वाटेनात. त्यात संगीताच्या लहरी मिसळल्या. किरणांची धार गेली. प्रकाश मखमलीचा झाला.

आनंदाचं कसं असतं! एरवी आपल्याला केवढ्या तरी मोठ्या कर्तृत्वाची जाणीव असते- पण अशा एखाद्या क्षणी सारा आनंद कशात सामावलेला असतो? होणाऱ्या बाळाची आई कॉफी तयार करतेय – तिच्याकडे नुसतं पाहत बसण्यात! संसाराचं हेच रहस्य असतं. या छोट्या-छोट्या आनंदाचा वेल लावायचा असतो. खूप वर्षं जातात; मग त्याचा मोठा वृक्ष होतो. सावली देतो. ज्यांना तेवढा धीर नसतो, ते कायम नवी रोपटी लावतात. त्यांना कधीच सावली मिळत नाही!

राजकुमारीचे आठ महिने भरत आले. तिचा मुख्य प्रॉब्लेम रात्री झोप न येण्याचा होता. रात्र-रात्र बसून ती अंग खाजवायची. नाइट ड्रेससुद्धा अंगावर राहत नसे. दिवसभर कशीबशी दडपलेली ती खाज रात्रीच्या काळोखात अंग ओरबडायला यायची. पहाटे कधीतरी डोळ्यावर झापड यायची...पण जाग आल्यावर पुन्हा उत्साहाने बाळांची वाट बघायला सुरुवात!

गुरुवार. गेल्या तीन रात्री दोघांनीही जागून काढलेल्या. हॉस्पिटलमध्ये जावं लागेल, अशा तयारीत. तीन वाजता गनार पेंगुळला. झोपेतच त्याला जाणवलं, की ती बाथरूममध्ये गेलीये. तिथे दीड तास पुस्तक वाचत बसली होती ती. आपल्या हायहुईने गनारची झोपमोड होऊ नये म्हणून.

साडेपाच वाजता त्याच्या बिछान्यात शिरून ती म्हणाली, चल, जाऊ या.

त्याची झोप खाडकन उडाली. त्याने फोन केला. टॅक्सी मागवली.

कळा वाढत होत्या. चेहरा विवर्ण झाला होता. पण त्यावर स्मित होतं. हॉस्पिटलच्या रिसेप्शन डेस्कपर्यंत ती त्याच्या आधाराने कशीबशी चालत गेली. त्यानंतर त्या दोघांना वेगळं व्हावंच लागलं. नाइलाजाने, इच्छेविरुद्ध.

कळा तर येतच होत्या, पण आणखी तासचे तास काहीच होईना. डॉक्टरांचा घोळका भोवती जमला. वार थोडी फाटली होती. बाळ आणि बाळंतीण दोघांनाही धोका होता.

पण दुपारपर्यंत तिने अर्धवट बेशुद्धीतच मुलाला जन्म दिला.

काय पण अवतार झाला होता तिचा! ओठ दाताखाली धरून तुटायला आले होते. केसांची टोपली झाली होती, चेहरा सुजला होता. डोळे तांबडे लाल झाले होते. डॉक्टर मुलाला इन्क्युबेटरमध्ये ठेवायची

भाषा करताहेत, म्हणून मुद्रेवर घबराट होती... रक्ताने थबथबलेला तो गोळा पाहून तिने डॉक्टरांना विचारलं – कुठं व्यंग बिंग आहे?

बिलकुल नाही. एका डॉक्टरने सांगितलं.

त्या शब्दातल्या दिलाशानेच तिच्या जिवात जीव आला. एक सुखद गुंगी सर्वांगावर लपेटून ती गाढ झोपी गेली....

दोघंही सुखरूप आहेत, असं कळताच गनार घरी गेला. बाथरूममध्ये पडलेलं तिचं पुस्तक त्याने उचलून ठेवलं. अंघोळ केली. मग तो परत हॉस्पिटलमध्ये गेला. इन्क्युबेटरमध्ये ठेवलेलं पोर फारच इवलुस्सं दिसत होतं. पण गनार त्याला म्हणाला – डरना नही! एकदम मस्त पोरगा होशील बघ तू!

खरंच, कसा होईल तो? एक नक्की. पुढं कधी तो वेड्यासारखं वागायला लागला, कसा जगण्यात राम नाही म्हणायला लागला, तर गनार त्याला सांगणार होता – बेट्या, तुला जन्माला घालण्यासाठी तुझ्या आईने काय-काय सोसलंय. तुला किरणांचा त्रास होऊ नये, म्हणून अंगभर वेदनांचे निवडुंग वाढू दिलेत! तुझ्यासाठी शब्दशः रक्त आटवलंय, झोप घालवलीये आणि तुला जन्म देताना नऊ तास ती साक्षात मृत्यूशी झगडलीये! तेव्हा, तुझ्या या मानवी जन्माचं मोल फार आहे रे बाबा! त्याचं भलतं-सलतं काही करू नकोस!

तिला, कसं वाटतंय, विचारल्यावर तिने काय म्हणावं! रिकामं-रिकामं वाटतंय! फार-फार सुख वाटलं बाळाला जन्म देताना. एकदा, दोनदा, कितीही वेळा या अनुभवातून जायची तयारी आहे माझी.

डॉक्टरांनी तिची तब्येत पाहिली. ते गोंधळलेले वाटले. "यांच्या फुप्फुसात रोग पोहोचला होता. तसे रेकॉर्ड आहे माझ्याकडे!" ते म्हणाले.

मग? गनारने विचारलं.

हा नवीन एक्स-रे दोन्ही फुप्फुसं साफ आहेत...म्हंजे समजायचं काय?

तिने मुलाला अंगावर पाजायचं ठरवलं. पहिल्याच क्षणी तिच्या स्तनातून कळ उठली. ती मस्तकात गेली...पण मग मात्र एका नवीन सुखाच्या संवेदनेने तिचे ऊर भरून गेले...गायनॅक्स काहीही म्हणोत, मी याला सहा महिने तरी अंगावर पाजणार – तिने जाहीर केलं...

गनार विचारात पडला...सहा महिने...खरंच ही किती जगेल? पण

आता हिला न जगून तरी कसं चालेल?... आता ही एकटी नाही. तिचा मुलगा आहे. त्याच्यासाठी तरी हिला जगावंच लागेल.

मुलगा तीन महिन्यांचा झाला, तेव्हा त्या दोघांनी बेटावर एक कॉटेज बांधायचं ठरवलं...त्यांचं जुनंच स्वप्न! पण आता प्रत्यक्षात येणारं!

बेटावर जायला निघण्यापूर्वी गनार रेडिओथेरपी क्लिनिकमध्ये जाऊन आला. त्याच्या राजकुमारीच्या प्रकृतीतल्या बदलाने त्याला विलक्षण आनंद झाला होता, पण थोडं विचित्रही वाटत होतं. तिचं वागणं इतकं मोकळं, इतकं निरोगी, इतकं उत्साही झालं होतं, की ते त्याला खरंच वाटत नव्हतं. ही मरणापूर्वीची शेवटची वेदना तर नसेल?

त्याने डॉक्टरना विचारलं, भीत-भीतच – आम्हाला पुन्हा मूल झालं, तर चालेल का?

डॉक्टरांनी जे उत्तर दिलं, त्याने गनार हवेत तरंगू लागला. घरी जाताना आपल्या राजकुमारीला बाळंतपणात खाव्याखाव्याशा वाटणाऱ्या लॉलीपॉप्सची पिशवी खरेदी करायला तो विसरला नाही.

गनार मॅटसन या लेखकाने आपली प्रेमकहाणी पुढे, (प्रिन्सेस), या नावाने लिहून ठेवली. त्याच्या पहिल्या कादंबरीसारखीच ही सत्यकथाही खूप खपली. त्यानंतर त्याने आपल्या तगड्या पोरावरही एक पुस्तक लिहिलं, द प्रिन्स.

त्यांच्या या सगळ्या उपक्रमात त्याची राजकुमारी – सैजा मॅटसन हिची त्याला साथ आहेच. इतर कॅन्सर पेशंटस्प्रमाणे तिला अधून-मधून चेकअप करून घ्यावंच लागतं. पण तशी तिची तब्येत चांगली असते.

प्रिन्सेस पुस्तकाविषयी गनार म्हणतो – एक चमत्कार झाला, असं सांगण्यासाठी मी ते लिहिलेलं नाही. पेशाने मी वार्ताहर आहे. काय झालं ते तंतोतंत सांगावं, एवढ्यासाठीच हा खटाटोप!

रोग कितीही असाध्य असला तरी मन खंबीर असलं, तर काही प्रमाणात तरी ते रोग आटोक्यात आणू शकतं. हे आता सर्वच डॉक्टर्सनी मान्य केलेलं आहे. याचच एक उदाहरण म्हणून ही गोष्ट सांगितली. कुणाही आजारी माणसाच्या मनात तिने आशेचा एक स्फुल्लिंग तरी पेटवला, तरी ती सांगण्याचं सार्थक होईल.

◆